முக்குளிப்பான்

தெலுங்குச் சிறுகதைகள்

குமார் கூனபராஜு

தமிழில்: ஸ்ரீனிவாஸ் தெப்பல

வாசகசாலை..!

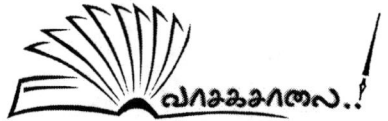

வாசகசாலை..!

வாசகசாலை பதிப்பக வெளியீடு - 146

முக்குளிப்பான் | சிறுகதைத் தொகுப்பு | விலை: ரூ.170 | ஆசிரியர்: குமார் கூனபராஜு - தமிழில்: ஸ்ரீனிவாஸ் தெப்பல | உரிமை: ஆசிரியருக்கு | முதல் பதிப்பு: ஜூன் 2024 | வெளியீடு: வாசகசாலை பதிப்பகம், சென்னை- 600073 | தொடர்பு எண்கள்: 99426 33833 / 97904 43979 | மின்னஞ்சல்:vasagasalaipublication@gmail.com| இணையதளம்: www.vasagasalai.com | நூல் வடிவமைப்பு: ந.ரமேஷ் குமார் | அட்டை வடிவமைப்பு: 8B STUDIOS

ISBN: 978-93-91367-73-2

தமிழ் வாசகர்களுக்கு நன்றி!

நான் சிறுவயது முதல் வாசித்த சிறார் இலக்கியம், இளமையில் வாசித்ததில் வங்க இலக்கியத்தில் சரத்பாபு, ரவீந்திரநாத் தாகூர், ஆங்கிலத்தில் ஷேக்ஸ்பியர், மார்க் ட்வைன், ரஷ்ய இலக்கியத்தில் டால்ஸ்டோய், செகாவ், தமிழில் ஜெயகாந்தன், தெலுங்கில் குரஜாடா, மகாகவி ஸ்ரீஸ்ரீ, ராவி சாஸ்திரி ஆகியோரது எழுத்துகள் என்னை மிகவும் பாதித்தன. தற்போது தமிழ் இலக்கியத்தில் ஜெயமோகனின், 'அறம்' கதைகள் எனக்கு மிகவும் பிடித்தமானவை. எழுத்தின் மீதிருந்த ஆர்வத்தினால் கதைகளை எழுதத் தொடங்கினேன். மனித மனவேதனையைக் கண்டறிவது எனக்குப் பிடித்த விஷயம். இதுவரை நான் எழுதிய இரண்டு சிறுகதைத் தொகுப்புகளும், இரண்டு வாழ்க்கை வரலாறுகளும் தெலுங்கில் மிகுந்த வரவேற்பைப் பெற்றுள்ளன.

தமிழ்நாடு சுற்றுப்பயணம், கோவில் சிற்பங்கள் பார்த்தல், மொழிபெயர்ப்பு இலக்கியம் வாசிப்பது, தமிழ்த் திரைப்படங்கள் பார்ப்பது போன்றவை எனக்கு மிகவும் பிடித்தமான விஷயங்கள். தற்போது எனது சிறுகதைகளே தமிழில் மொழிபெயர்ப்பு செய்யப்பட்டதில் மிக்க மகிழ்ச்சியாக உணர்கிறேன். பெரும்பாலான கதைகள் தெலுங்கு கிராமப்புறச் சூழலைச் சார்ந்தவை. சில கதைகள் நான் நியூயார்க்கில் இருந்தபோது எழுதியவை. நண்பர் ஸ்ரீனிவாஸ் அவர்கள் மொழிபெயர்ப்பு செய்திருக்கிறார். அவருக்கு நன்றி. இதை வெளியிடும் வாசகசாலை பதிப்பகத்துக்கும் மிக்க நன்றி. தமிழ் வாசகர்களும் இந்தக் கதைகளுக்கு ஆதரவு அளிப்பார்கள் என நம்புகிறேன்.

அன்புடன்
குமார் கூனபராஜு

அறத்தையும் மனிதத்தையும் கருவாகக் கொண்ட கதைகள்

ஆந்திராவிலிருந்து சென்னை வந்தடைந்து இருபதுக்கும் மேற்பட்ட ஆண்டுகள் ஆகிவிட்டன. பள்ளி, கல்லூரிப் படிப்பெல்லாம் தெலுங்குதான். என்னதான் சென்னையில் இருந்தாலும் பெரும்பாலும் வாசித்த பத்திரிகைகள், நூல்கள் அனைத்தும் தெலுங்குதான். தமிழை, எழுத்துக் கூட்டிதான் படிக்கக் கற்றுகொண்டேன். அவ்வப்போது சின்னஞ்சிறு கவிதைகளையும், தமிழ்ப் பாடல்களையும் தமிழிலிருந்து, தெலுங்கிற்கு மொழிபெயர்த்ததுண்டு.

சந்தோஷ் ஏச்சிக்கானம் எழுதிய, 'பிரியாணி', 'கொமாலா' அதன் பின், நரன் அவர்கள் எழுதிய, 'கேசம்' இவை மூன்றும் என்னை மிகவும் பாதித்த சிறுகதைகள். அந்த மூன்று கதைகளை மட்டும் தெலுங்கிற்கு முதலில் மொழிபெயர்த்தேன். தெலுங்கிலிருந்து தமிழுக்கு வரும் எண்ணம் அதுவரை இருந்ததில்லை. ஆனால் என்னை மிகவும் பாதித்த ஒரு குறுநாவல் பற்றி ஒருமுறை எழுத்தாளர் நரனிடம் கூறினேன். அதைக் கேட்டதும் அவர் இதைத் தமிழுக்குக் கொண்டு வரலாமே என்று சொன்னார். அப்போதிலிருந்துதான் மொழிபெயர்க்கத் தொடங்கினேன்.

தெலுங்கு இலக்கியத்தில் சமகால எழுத்தாளரான குமார் கூனபராஜுவின் சிறுகதைத் தொகுப்புகளை வாசித்துள்ளேன். அதில், 'முக்குளிப்பான்', 'தீர்ப்பு நாள்', 'அகாடமி விருது' போன்ற கதைகள் என்னைக் கவர்ந்தன. அதன் பின் அவற்றை மொழிபெயர்க்கத் தொடங்கினேன்.

குமார் கூனபராஜு ஒரு மென்மையான கதைசொல்லி. பால்ய, இளமைக் கால நினைவுகளை கதைகளில்

பதிவு செய்துள்ளார். தொகுப்பில் ஏழு சிறுகதைகள் ஆந்திராவையும், நான்கு கதைகள் நியூயார்க் நகரத்தையும் அடிப்படையாகக் கொண்டவை. அனைத்தும் அறத்தையும், மனிதத்தையும் கருப்பொருளாகக் கொண்டவை. இதில் ஆறு கதைகள் ஆந்திர கிராமப்புறங்களில் வாழ்ந்து வரும் விளிம்பு நிலை மனிதர்களின் அன்றாட வாழ்வில் அவர்கள் நேர்கொள்ளும் வாழ்வியல் மற்றும் மனப் பிரச்சனைகளைச் சார்ந்தவை. எழுத்தாளர் அவர்களது வாழ்வியலோடு அந்தக் கலாச்சாரத்தையும் மென்மையாகப் பதிவு செய்துள்ளார்.

இதை வெளியிடும் வாசகசாலை பதிப்பகத்திற்கும், தோழர் அருண் மற்றும் கார்த்திகேயன் அவர்களுக்கும் மிக்க நன்றி.

ஸ்ரீனிவாஸ் தெப்பல
சென்னை – 600078
srinivaswritings1@gmail.com
9677008850

உள்ளடக்கம்

1. பொம்மலாட்டம் — 9
2. அகாடமி விருது — 20
3. முக்குளிப்பான் — 32
4. பிராட்வே நாடகம் — 41
5. சுலைமான் கார் — 50
6. ஊதா வண்ணத் துலிப் பூக்கள் — 59
7. சேவல் சண்டை — 70
8. குரு பௌர்ணமி — 80
9. ஆள்காட்டிக் குருவி — 95
10. பனி பொழிந்த ஒரு ஞாயிறு — 105
11. தீர்ப்பு நாள் — 121

பொம்மலாட்டம்

வீட்டில் வெறுமனே இருக்க இயலாமல் சூரிபாபுவும், நானும் கோவிலுக்குச் சென்றோம். கோவில் திருவிழா தொடங்குவதற்கு மேலும் இரண்டு நாட்களே இருந்தன. எங்களது ஊர் திருவிழா மிகப் பிரம்மாண்டமாக நடைபெறும். ஏழு நாட்களும், ஏழு நாடகங்கள் போடுவார்கள். நன்கொடை அதிகமாக வசூலானால் திருவிழா மேலும் இரண்டு நாள் கூட நீடிக்கலாம். திருவிழா நடைபெறும் மைதானத்தில் யாரோ சிலர் குடை ராட்டினப் பந்தலைப் பொருத்திக் கொண்டிருந்தார்கள். இன்னொரு புறம் ராட்சத ராட்டினத்துக்கான ஏற்பாடுகளும் நடந்தன. கோவிலுக்கு பெயிண்ட் அடித்துக் கொண்டிருந்தார்கள். கோவில் தேரை வெளியே கொண்டு வந்து அலங்கரிப்பு செய்தார்கள். இம்முறை திருவிழா சிறப்பாக நடக்கவிருப்பதாகத் தோன்றியது.

இதற்குள், "டேய், வெங்கடேசு! அங்க தூரத்துல யாரோ பந்தல் போட்டுட்டு இருக்காங்க. போய் யாரு என்னன்னு விசாரிச்சுட்டு வரலாம் வா!" என்றான் சூரிபாபு.

பந்தல் முகப்பின் அருகில் ஒரு வயதான பெரியவர் சுருட்டு பிடித்தபடி இருந்தார். எங்களைப் பார்த்ததும் புருவத்தை மேலே உயர்த்தி,

"என்ன விஷயம்? இன்னைக்கு ஸ்கூல் கட் அடிச்சிட்டு வரீங்களா?" என்று கேட்டார்.

எங்களுக்குக் கோபம் தலைக்கு மேல் ஏறியது. 'எங்க பிரச்சனை உனக்கெதுக்குய்யா?' எனக் கேட்கத் தோன்றியது. ஆனால் அப்படி எதுவும் பேசவில்லை.

"இல்ல, நாங்க பழங்குடி கிராமத்து கான்வென்ட்ல ஒண்ணா சேர்ந்து படிக்கிறோம். விடுமுறைன்னு இந்தப் பக்கம் வந்தோம். ஆமா, இந்தத் திருவிழாவுல நீ என்ன வைக்கப் போற?" என்று கேட்டேன்.

அந்தப் பெரியவர் உட்காரும்படி பார்வையால் சைகை செய்தார். இருவரும் அருகிலிருக்கும் பாறையின் மீது அமர்ந்தோம்.

"அதுக்கு கோயில் பெரியவங்க ஒத்துக்கணுமில்லே!" என்றவர்...

"பொம்மலாட்டமெல்லாம் இப்ப யாருப்பா பார்க்கிறாங்க? திருவிழாவோட கடைசி நாள்ல இடம் கிடைச்சாப் போடலாம்னு வந்தேன். விழாக்குழு ஆளுங்க சம்மதிச்சாப் போதும், காசு எதுவும் கொடுக்கலைன்னாலும் பரவாயில்ல. ஏதோ நாலு மவராசனாவது சில்லறைக் காசு வீசுனாப் போதும், பொழுது ஓடிடும்" என்றார்.

"இந்தப் பொம்மலாட்டத்தைப் போட்டுக்கிட்டு குடும்பம் பிழைக்க முடியுதா பெரியவரே? ஏன் இதுக்குள்ள வந்த?" எனக் கேட்டேன்.

பெரியவர் சாவகாசமாக சுருட்டைப் பற்ற வைத்தார். நேரம் சாயங்காலம் ஆகிக் கொண்டிருந்தது. வெப்ப கதிர்கள் பெரியவரின் மீது விழுந்து கொண்டிருந்தன.

"அந்தக் காலத்துலெல்லாம் நல்லாதான் போகும். அப்பாவோட காலத்துல எல்லாத் திருவிழாக்களுக்கும் எங்க ஆட்டம்தான். ஆட்டத்தப் பாக்க மக்கள் கூட்டம் திரண்டு வருவாங்க. கைநிறைய காசு கிடைக்கும். ஆனா மொத்தக் காசையும் அப்பா சாராயத்தக் குடிச்சி நாசம் பண்ணிடுவாரு. நானும், அப்பாவும் ஊர் ஊராத் திரிவோம். காசு கிடைக்கிறன்னைக்கு கொண்டாட்டம். காசு இல்லாதன்னைக்கு பட்டினியோட திண்டாட்டம். அம்மா எப்பவோ இறந்துடுச்சி. கொஞ்சநாள்லயே அப்பாவும் கூடவே போய்ச் சேர்ந்துட்டாரு. மொதல்ல கொஞ்சம் கஷ்டமாதான் இருந்துச்சு. பிறகு வேலையாட்களைக் கூப்பிட்டுகிட்டு ஆட்டம் போட ஆரம்பிச்சேன்" எனக் கூறிக்கொண்டே கூடாரத்தின் உள்ளே சென்றார்.

நாங்கள் அவரை பின்தொடர்ந்து கூடாரத்தின் முகப்பிலிருக்கும் துணிப் பந்தலுக்குள் எட்டிப் பார்ப்பதைக் கண்டு

"யாருமில்ல, உள்ள வாங்க. பரவால்ல!" என்று சொன்னவர் மேலும் தொடர்ந்தார்.

''பெத்துலு'ன்னு ஒரு புள்ள என் வாழ்க்கைக்குள்ள வந்தா. எவ்வளவு தள்ளி வச்சாலும் அவ என்னையே சுத்தி வந்தா. கல்யாணம் கட்டிக்கிட்டு, கூலி வேலைக்காவது போய் சந்தோசமா வாழலாமுன்னு அடம் பிடிச்சா. என்னால நிலையா ஒரு இடத்துல இருக்க முடியாதுன்னு உறுதியா சொல்லிட்டேன். ஆனா, அவ ஒரு பிள்ளையாவது பெத்துக்கலாமேன்னு கெஞ்சுனா. மறுபடியும் என்ன மாதிரி இன்னொருத்தனப் பெத்துக்கறதுல எனக்கு விருப்பம் கிடையாதுன்னேன். ஆனாலும் என் கூட கொஞ்ச காலம் வாழ்ந்துட்டு, அப்பறம் என் கூட வாழ முடியாதுன்னு கிளம்பிப் போயிட்டா.

பெறகு யாரோ சொன்னாங்க, ஊர் எல்லையில புளிய மரத்துல தூக்குப் போட்டுத் தொங்கிட்டான்னு. அது முடிஞ்ச கொஞ்ச நாளைல பேயா வந்து என்ன சித்திரவதை செஞ்சா. ராத்திரியானா என்னோட கூடாரத்துக்கு வந்து புளியங்குச்சியால அடிப்பா. முத்துமாரி அம்மனுக்குக் கிடாய வெட்டி, தாயத்துக் கட்ற வரைக்கும் அவளோட பீட ஒழிஞ்சபாடில்ல" என்றார் பெரியவர்.

நேரம் கருக்கலானது. கொல்லேரு ஏரியிலிருந்து வந்த காக்கைகள் ஊரிலிருக்கும் மரங்களில் அமர்ந்து கரைந்து கொண்டிருந்தன.

பெரியவர் மேலும் சுருட்டை தம் கட்டி உள்ளே இழுத்தார். புகை குப்பென்று வந்ததும் சட்டென ஒருமுறை இருமினார்.

"உங்களுக்கு இன்னொரு செய்தியச் சொல்றேன்; கேட்குறதுக்கே ரொம்ப தமாசா இருக்கும். சுமார் அஞ்சாறு வருசத்துக்கு முன்னாடின்னு நினைக்கிறேன், குளிர்காலம்; ஒருநாள் ராத்திரி ஒரு ஊர்ல பொம்மலாட்டம் போட்டோம். முடியறதுக்கு நடுஜாமம் ஆயிடுச்சு. பிறகு ஒத்த மாட்டு வண்டில கௌம்புனோம். நாலு பேரு ஒண்ணா இருந்தோம்.

எல்லாருக்கும் கொஞ்ச நேரத்திலேயே தூக்கம் வந்துடுச்சு. வண்டி வழக்கம் போல மெதுவாப் போகுது. அப்ப யாரோ கூச்சல் போட்டு வண்டியை நிறுத்துனாங்க. நாங்க கண்ணக் கசக்கிக்கிட்டு எழுந்தோம்”

‘என்னய்யா, இப்ப பொம்மலாட்டம் போடலாமா?’ ன்னு சில பேரு கேட்டாங்க. வெளிய வந்து வானத்தைப் பார்த்தா ராத்திரி ரெண்டாவது ஜாமம் ஆன மாதிரி இருந்துச்சு. ‘ஆட்டம் இந்த நேரத்துலியா?’ன்னு வெறுப்பாயிட்டேன். அந்தக் கூட்டத்துப் பெரியவர் எங்கிட்ட வந்தாரு. கண்ணு நெருப்புக் கங்கு மாதிரி இருந்துச்சு. முடி பரட்டைத் தலை மாதிரி இருந்துச்சு. கிட்டத்தட்ட எல்லாருமே அதே மாதிரிதான் இருந்தாங்க.

‘நாங்க குளத்துப் பக்கம் போனோம். வரதுக்கு இந்நேரம் ஆயிடுச்சி. நாளைக்கு வேறொரு ஊருக்குப் போகணும்’னு நாங்க சொன்னோம். ’இப்போ நீங்க ஆட்டம் போட்டாதான் இங்கருந்து போக முடியும், காசு தர்றோம், கவலைப்படாதீங்க’ன்னு அந்தக் கூட்டத்துப் பெரியவரு அதட்டுனாரு.

அவங்களப் பார்த்தா கைகலப்புல கூட இறங்குற மாதிரி இருந்தது. சரிதான் போய்த் தொலைதுன்னு, திரையக் கட்டி பெட்ரோமாக்ஸ் லைட்டைப் போட்டு தோல் பொம்மைகள மேல ஏத்துனோம்.

யாரோ அவங்கள்ல ஒருத்தரு, ’ராமரு, அனுமாரெல்லாம் வேணாம். ‘கேதி காடுபங்காரக்கா’ காமெடிதான் வேணும்னாரு.

யப்பாடா! ஒரு மணி நேரமாவது மிச்சமாச்சேன்னு ஆட்டத்த ஆரம்பிச்சோம். அந்தச் சிரிப்புக் கூத்துக்கு அவங்க குலுங்கி குலுங்கி சிரிச்ச மாதிரி இருந்துச்சு. கொஞ்ச நேரத்துல எங்கேயும் சத்தத்தைக் காணோம். எனக்கு சந்தேகம் வந்து திரை பக்கத்துல இருந்து எட்டிப் பாத்தா...

நெஞ்சு தூக்கி வாரிப் போட்ருச்சு. மொதல்ல அவங்க எல்லாரும் மனுசங்களே கிடையாது, எல்லாருமே பிசாசுதான். ஆம்பளைங்க, பொம்பளைங்க, குழந்தைங்க வயசானவங்கன்னு எல்லாருமேதான். பயத்துல நடுங்கிப் போயிட்டோம். ஆட்டத்தை ஆடிக்கிட்டே அனுமாரோட தோல் பொம்மயை திரைக்கு ஏத்தி, அனுமார் சாலீசாவை

சொல்ல ஆரம்பிச்சோம். சுத்தி எந்தச் சத்தமும் இல்ல. அப்படி ரெண்டு மணி நேரமா சொல்லிக்கிட்டு, பொழுது விடியுற வரைக்கும் நேரத்தை ஓட்டுனோம். கொஞ்சம் வெளிச்சம் வந்ததும் வெளிய வந்து பாத்தா யாரையும் காணோம். உடைஞ்ச பானைகளும் அங்கங்க சிதறிக் கிடக்கிற சில்லறைக் காசுகளுமா அந்த இடமே பாக்குறதுக்கு கொடுமையா இருந்துச்சு. என்னடான்னு பாத்தா அது மயானம்.

எங்களுக்கு நடுக்கம் ரெண்டு மடங்காயிடுச்சு. பொறுமையா எல்லாத்தையும் மூட்டை கட்டிக்கிட்டு அந்த இடத்தை விட்டு ஓடிட்டோம். அன்னேலருந்து ராத்திரி பயணம் பண்றதையே நிறுத்திட்டோம். ஆட்டம் போடுற இடத்துலயே கூடாரம் போட்டுப் படுத்துட்டு மறுநாள்தான் கிளம்புறோம்" என்றார் பெரியவர்.

நானும் சூரிபாபுவும் பேந்தப் பேந்த முழித்தோம். கொஞ்சம் பதற்றமாக இருந்தது.

"உண்மையில பேயெல்லாம் இருக்குதுங்கிறியா தாத்தா?" எனக் கேட்டேன்.

"அட நீ வேற? இல்லாமப் போறதாவது? நான் எத்தன பார்த்திருப்பேன்! ஆசை தீரலனா, செத்ததுங்கல்லாம் பேயா மாறிடுமாம்" என்றார் தாத்தா.

"அப்படின்னா மனுசங்களுக்கும் நெறைய ஆசை இருக்கு இல்லையா! அது தீரலைன்னாக் கூட பேயா மாறிடுவாங்களா?" ன்னு கேட்டேன்.

"சில நியாயமான ஆசைகள் நிறைவேறலைன்னா பேயா மாறிடுவாங்க" என்று சொன்னார்.

நான் இதை நம்பும்படி இல்லை. சிறு வயதில் நாகபாபு இப்படித்தான் பயமுறுத்துவான். தண்ணிக் கரைக்கு அருகிலிருக்கும் சந்திரய்யா வாத்தியார் வீட்டுக்கு டியூஷனுக்குப் போகையில், உச்சி வெயில் அடிக்கையில் தூரத்திலிருக்கும் புளியந்தோப்பு இருட்டைக் காண்பித்து,

"அதோ பேய்கள்லாம் பேசிட்டிருக்கு பாரு" என்பான் நாகபாபு.

பயத்தில் கண்ணை அகல விரித்துப் பார்ப்பேன். அங்கு எதுவுமே கண்ணுக்குத் தெரியாது.

“அப்படி உத்துப் பாக்காத, அது நம்மை அடையாளம் கண்டுபிடிச்சுரும்” என நாகபாபு பயமுறுத்துவான்.

எதற்கும் நல்லதென்று அனுமான் சாலீஸா புத்தகத்தைக் கொடுத்தான். அதற்காக அவனுக்குக் கடலை உருண்டையை ஈடு கொடுப்பேன். சில நாட்கள் வெட்டியாக ஊர் மேய்ந்து பள்ளிக்கூடம் பக்கம் வராமல் நின்றுவிட்டான். அந்த விஷயத்தை இந்தப் பெரியவரிடம் சொன்னால்,

“இதெல்லாம் உங்களுக்கு இப்போ புரியாது; நீங்க பெரியவங்க ஆனதும் புரியும்” என்றார்.

மிகவும் இருட்டாகிவிட்டதால் வீட்டுக்குக் கிளம்பி வந்துவிட்டோம்.

மறுநாள் சொந்தக்காரர்கள் வந்தார்கள். இரண்டாவது நாள் பீமேஸ்வர சாமியின் கல்யாண ஊர்வலம். தேரோட்டத்தில வாழைத் தாரை சாமிக்குக் கொடுப்பது வழக்கம். சிலர் வாழைப்பழங்களைத் தேரின் மீது எறிவார்கள். எங்களது தெருவிற்கு தேர் ஊர்வலம் வருகையில் நாங்களும் தேரில் நிற்பவர்கள் மீது குறி பார்த்துப் பழங்களை எறிவோம். அதனால் அவர்களுக்குக் கோபம் வரும். அதைக் கண்டு நாங்கள் கைதட்டுவோம். பகல் முழுவதும் திருவிழாவில் சுற்றித் திரிந்து காரம், இனிப்புகளைச் சாப்பிடுவதும், பொம்மைகளை வாங்குவதுமாக இருப்போம். சாயங்காலம் பகடையாட்டம் விளையாடுவது, ரத்திரியானால் நாடகங்களைப் பார்ப்பது எனத் திருவிழாவில் ஏழு நாட்களும் சிறப்பாக நடந்து முடிந்தன.

அன்று மிகவும் நேரமாகிவிட்டது. நாங்கள் வீட்டுக்குத் திரும்பிச் செல்கையில் அந்தப் பெரியவர் ஞாபகம் வந்தது. நானும், சூரிபாபுவும் ஓடிச் சென்று பார்த்தால் பந்தல் முகப்பில் அவர் துயரத்துடன் இருந்தார்.

“என்னாச்சு?” எனக் கேட்டேன்.

“கடைசி நாள் ரிகார்ட் டான்ஸ் போட்டாங்க. ரெண்டு சினிமா ஹீரோவோட ரசிகருங்க எங்க ஹீரோ பாட்டுதான் போடணும்னு ஒரே சண்டை. கல்லையெல்லாம் தூக்கி எறிஞ்சாங்க. போலீசுக்காரங்க வந்து ரிகார்ட் டான்ஸ நிப்பாட்டிட்டாங்க. வேறெதும் செய்ய முடியாம, விழாக்குழு ஆளுங்க என்னை பொம்மலாட்டத்தைப் போடச் சொன்னாங்க. பணம் கை நெறைய வந்துச்சு.

ஆட்டம் முடிஞ்சதும் குழு ஆளுங்க குடிச்சிட்டு வந்து மொத்தப் பணத்தையும் குடுத்துடச் சொல்லி பிரச்சனை பண்ணுனாங்க. இதென்ன நியாயமுன்னு கேட்டா, ரிகார்ட் டான்ஸ் நின்னதுல எங்களுக்கு ரொம்பவே நஷ்டமாயிடுச்சி, அத ஈடுகட்ட இந்தப் பணம் மொத்தத்தையும் குடுத்தே ஆகணுமுன்னு மெரட்டிப் புடுங்கிட்டுப் போயிட்டாங்க" எனக் கண்களில் நீர் ததும்பக் கூறினார். அதைப் பார்க்க எங்களுக்கு மிகவும் பரிதாபமாக இருந்தது.

"அவங்க நல்லாவே இருக்கமாட்டாங்க, நாசமாப் போய்டுவாங்க" என சாபமிட்டார்.

அந்தப் பீமேஸ்வர சாமி கூட கண்ணைத் திறந்து வேடிக்கை மட்டுமே பார்ப்பதாகத் தலையில் அடித்துக்கொண்டார். ஏதோ எங்களிடம் இருந்த சில்லறைக் காசுகளைக் கொடுத்துவிட்டு வீடு திரும்பினோம்.

மறுநாள் பஸ் வருவதற்கு நேரமிருப்பதால், அந்தப் பெரியவரைப் பார்த்துவிட்டு வரலாமென தோன்ற, அங்கு சென்றோம்.

அவர் உற்சாகமாக, "சாமிய நம்புனதுக்கு நல்லதுதான் செஞ்சாரு. விடிகாத்தால சுருட்டுக்காக தலகாணிக்கடியில தடவிப் பாத்தா ஐநூறு ரூபா இருக்கு! இதெல்லாம் மேல இருக்குறவனோட அருள்தான்" எனச் சொல்லிக் குதூகலித்தார்.

"நீங்க நல்ல பசங்க. நல்லாப் படிச்சி நல்ல நிலைமைக்கு வரணும்" என வாழ்த்தினார். எப்படியோ அவர் நன்றாக இருந்தால் சரி என்று நாங்கள் பஸ் ஏறிவிட்டோம்.

ஹாஸ்டலுக்குச் சென்றதும் சூரிபாபுவிடம் கேட்டேன், "என்னடா இப்படி நடந்திருக்கு?" என்று.

"அந்தக் கிழவனோட வருத்தத்தப் பார்த்து எனக்கு கண்ணீர் வந்துருச்சி. அவரோட பணம் போனதுக்காக கிடையாது, மனுசங்க மேலயும், கடவுள் மேலயும் இருக்கிற அவருக்கு நம்பிக்கை போயிடுமேன்னுதான் பயந்தேன், தற்கொலை பண்ணிக்குவாரோன்னு கூட பயமாயிடுச்சு. அதான் அப்பா ஸ்கூல் ஃபீஸ் கட்டக் குடுத்த பணத்த நேத்து ராத்திரி அவரோட தலைகாணிக்கு அடியில வெச்சிட்டு வந்துட்டேன்" என்றான்.

குமார் கூனபராஜு   தமிழில்: ஸ்ரீனிவாஸ் தெப்பல

அதைக் கேட்டதும் கொஞ்சம் சந்தோஷமாகவும், கொஞ்சம் துயரமாகவும் இருந்தது. சூரிபாபு எவ்வளவு நல்லவன்! அந்த ஏழைப் பெரியவருக்கு உதவி செய்திருக்கிறான். ஆனால் இன்றைக்கோ, நாளைக்கோ அவன் அப்பா கையால் அவனுக்குப் பிரம்படி விழுமே என்பதை நினைத்தால்தான் பயமாக இருந்தது.

இந்த ஆண்டு திருவிழா வந்தது. இம்முறை நாடகங்களைக் குறைத்துவிட்டார்கள். மூன்று நாட்கள் ரிக்கார்ட் டான்ஸ் மட்டுமே போட்டார்கள். பெரியவரைத் தேடினோம். ஐந்தாவது நாள், ரிகார்ட் டான்ஸ் மேடை முன்பாக சாமான்களைத் தூக்கிக்கொண்டு போனவர் எங்கள் கண்ணில் பட்டார்.

“என்ன தாத்தா எப்படி இருக்கீங்க?” என சூரிபாபு கேட்டான்.

முதலில் அடையாளம் தெரியாதவர் போல் திருதிருவென்று முழித்தவர், மெள்ள ஞாபகத்துக்கு வந்து,

“போன வருஷத்துக்கு அப்புறம் சுத்தமா ஆட்டத்தைப் போடவே இல்லை. கொஞ்ச நாள் பட்டினி கிடந்த பிறகு, பழங்குடி கிராமத்துல நாடகம் போடுறவங்ககிட்ட முதல்ல கேட்டேன்.

“நீ எதுக்கும் வேலைக்கு ஆகமாட்ட?’ ன்னு முகம் சுளிச்சிக்கிட்டாங்க. கையில கால்ல விழுந்தேன், ஆனாலும் அவங்க இரக்கம் காட்டாம,

’எங்களுக்கே பெருசா வருமானம் இல்ல, சின்ன வயசு ஆளுங்க யாரும் புதுசா இந்தத் தொழிலுக்கு வரதேயில்லே, இருக்குற ஆளுங்களுக்கும் வயசாயிடுச்சி. ஒண்ணும் வேலைக்கி ஆகாது, நீ கௌம்பு” என மூஞ்சில அடிச்ச மாதிரி சொல்லிட்டாங்க.

வேறென்ன செய்ய? கொஞ்ச நாள் கூலி வேல செஞ்சிக்கிட்டு வாழ்ந்தேன். அப்புறம், பக்கத்துல நிடமர்ரு ஊருல ரிக்கார்ட் டான்ஸ் ஆளுங்கள போய் சந்திச்சேன். அங்கயும் உனக்கு வேலையெல்லாம் ஒண்ணும் கிடையாதுன்னு போகச் சொல்லிட்டாங்க. நீங்க கூட வேணாமுன்னு சொல்லிட்டா சாவுறது தவிர வேற வழி இல்லேன்னு கெஞ்சினேன். உங்களுக்கு சமையல் செஞ்சி தாரேன், சாமானெல்லாம்

தூக்குறேன்னு சொன்னதும் சேத்துக்கிட்டாங்க. கொஞ்ச நாள் ஆன பிறகு டான்ஸ் ஆடுற ஆளுங்க வரலேன்னா; 'ரேலங்கி, ராஜுபாபு, அல்லு ராமலிங்கய்யா' போன்ற நடிகருங்களோட பாட்டுகளுக்கு டான்ஸ் ஆடச் சொன்னாங்க. ஏதோ எனக்குத் தெரிஞ்ச மாதிரி தய்ய தக்கன்னு குதிக்கிறேன். மக்களும் கெக்க பொக்கேன்னு சிரிக்கிறாங்க. அது போதும், கொஞ்சம் சோறு கிடைக்கறதுக்கு" என்றார் துயரத்துடன்.

பெரியவர் மிகவும் சிதைந்து போயிருந்தார். முகம் கருத்து கோடுகளாக சுருங்கிப் போயிருந்தது. நோஞ்சான் போல, நடை பிணமாகத் தள்ளாடிக் கொண்டிருந்தார். அதற்குள், "டேய்..கிழவா..." என யாரோ கூப்பிட, "வரேன்னுங்கய்யா" என்றபடியே மூச்சிரைக்க அங்கிருந்து கிளம்பினார்

பெரியவரின் ஆட்டத்தைக் காண அங்கேயே அமர்ந்தோம். ரிகார்ட் டான்ஸ் ஆரம்பமானது. சில பாடல்கள் முடிந்ததும், "ரத்தாலு... வாரியா! கேட்டதுதான் தாரியா..." எனும் பாட்டைப் போட்டார்கள். பெரியவர் இன்னொரு இளம் பெண்ணுடன் ஆடத் தொடங்கினார். வயது வரம்பு தாண்டி அவளுடன் ஆபாசமாகக் காலசைத்து ஆடிக் கொண்டிருந்தார். பார்வையாளர்கள் குலுங்கிக் குலுங்கிச் சிரித்தார்கள். சற்று நேரத்திலயே மூச்சிரைத்தபடி கீழே விழுந்து விட்டார். அந்தப் பெண் அவரைத் தூக்க முயன்றாள். ஆனால் முடியவில்லை. மேடையின் திரையை மூடி லைட்டை அணைத்துவிட்டனர்.

சிறிது நேரத்திலேயே புதிய ஆட்டம் தொடங்கியது. பெரியவருக்கு என்ன ஆனதோ என்று பதறியபடி மேடைக்குப் பின்னால் சென்று பார்த்தோம். பெரியவர் ஒரு மூலையில் சாய்ந்து கிடந்தார். முகத்தில் வேர்த்துக் கொட்டியது. டாக்டர் சைக்கிளில் வந்தார். ஏதோ மருந்து, மாத்திரை எழுதிக் கொடுத்து பக்கத்திலேயே படுக்க வைத்தார்.

மறுநாள் வந்து பார்க்கையில் கோவில் அருகே சினிமா போடுவதற்காக வெள்ளைத் திரை கட்டிக் கொண்டிருந்தார்கள். பெரியவர் முத்து மாரியம்மன் கோவில் பின்பக்கம் வருத்தமாக அமர்ந்திருந்தார்.

"என்ன தாத்தா?" எனக் கேட்டேன்.

“என்ன விட்டுட்டு ராத்திரியே அவங்க கிளம்பிட்டாங்க. எனக்குத் தர வேண்டிய சம்பளப் பணத்தைக் கூட குடுக்கல. சம்பள பாக்கியக் கேட்டதுக்கு...

‘நீ எதுக்குமே லாயக்கில்லே’ன்னு என்னையக் கரிச்சுக் கொட்டுனாங்க. நீ கெட்ட கேட்டுக்கு சோறு, மருந்து வாங்கிக் கொடுத்ததே பெரிய விஷயம். இதுல சம்பள பாக்கி வேற கேட்குதா உன் மூஞ்சிக்கு?’ னு சொல்லிட்டுப் போய்ட்டாங்க” என்றார் பெரியவர்.

அவரது கண்கள் சிவந்திருந்தன. “என்னை வேலைய விட்டுத் துரத்துனவங்க நாசமாப் போவாங்க” என சாபம் விட்டபடி இருந்தார்.

கடுமையான இருமல் வந்து திக்குமுக்காடினார். சிறிது நேரத்தில் தேறின பிறகு, “மக்களுக்கு என்ன வேணும்னு புரிஞ்சிக்க முடியல. ஒரு காலம் வரை எங்க பொம்மலாட்டத்தைப் பாத்தாங்க, பிறகு நாடகத்தைப் பாத்தாங்க, அப்புறம் ரிகார்ட் டான்ஸ், இப்போ சினிமான்னு சுத்துறாங்க... என்னவோ? இவங்களுக்கு என்னதான் வேணுமோ?” எனச் சொல்லியபடி இரண்டு கைகளையும் தூக்கி அண்ணாந்து வானத்தைப் பார்த்தார்.

“தாத்தா, உனக்கும் வயசாயிடுச்சி. இனி இதெல்லாம் ஆடமுடியாதுன்னு நினைக்கிறேன்னு!” எனக் கூறினேன்.

சற்று தலைகுனிந்தபடி இருந்தவர்,

“ஆமாம்ப்பா... அதும் உண்மைதான். ஆனா வேற எப்படிப் பொழைக்கிறது?” என்றார் சோர்வாக.

கொஞ்சம் ஆசுவாசப்படுத்திக்கொண்டு, “எல்லாத்துக்கும் அந்தச் சாமிதான் துணை. அவன் நினைச்சா எப்படியும் வாழ்ந்துடுவேன். ஆனா யோசிச்சுப் பாத்தா, அந்தச் சாமியக் கூட யாரோ ஆட்டிப் படைக்கிறாங்கன்னு தோணுது. இல்லேனா அநீதி ஏன் பெருகிக்கிட்டே போகுது? சரி, அத விடுங்க, நீங்க நல்ல பசங்க. நீங்க மட்டும் நல்லா இருக்கணும்” எனக் கையெடுத்துக் கும்பிட்டார்.

அன்று எனக்குக் கொடுமையான கனவு வந்தது. பொம்மலாட்டத்தில் பெரியவர், ‘கேதிகாடு’வைப் போல் குதிக்கிறார். அருகில் இறந்து போன அவரது மனைவி பெத்துலு, ‘பங்காரக்கா’வாகக் குதிக்கிறாள். விழாக்குழு

ஆட்கள் வந்து அந்தத் தோல் பொம்மைகளின் கைகால்களை கிழித்துப் போடுகிறார்கள். அதற்குள், 'பீமேஸ்வர சாமி' தோல் பொம்மை உருவத்தில் வந்து இந்தப் பெரியவரைக் காப்பாற்ற முயல்கிறார். கொஞ்ச நேரத்தில விழாக்குழு ஆட்கள் பேய்களாக உருமாறுகிறார்கள். பொம்மலாட்டத் திரையை கிழித்துப் போட்டு நெருப்பைப் பற்ற வைத்து வயிறு குலுங்கச் சிரிக்கிறார்கள். தூரத்திலிருந்து பார்க்கிற என்னையும், சூரிபாபுவையும் அவர்கள் பார்த்துவிட, எங்களை நோக்கி ஓடி வருகிறார்கள்.

சட்டெனத் தூக்கம் கலைந்து எழுந்தேன். கண் விழித்து பார்க்கையில் முகம் முழுக்க வியர்த்துக் கொட்டியபடி இருந்தது.

மறுநாள் மதியம் கோவிலுக்கு, திருவிழா பார்க்கப் போனோம். மக்கள் கூட்டம் குறைவாக இருந்தது. வெயில் சுட்டு எரித்துக் கொண்டிருந்தது. தூரத்தில் மயானத்தை நோக்கி நாலு பேர் எதையோ தூக்கிக்கொண்டு செல்கிறார்கள். நாங்கள் இருவரும் அவர்களை நோக்கி ஓடினோம். ஊராட்சி ஊழியர்கள் சாக்குப் பையைத் தூக்கிக்கொண்டு செல்கிறார்கள். என்னவென்று விசாரித்ததில், "யாரோ நாதியில்லாத கிழவன் முத்து மாரியம்மன் கோவில் பின்னாடி செத்துக் கெடந்தான். எது எப்படி இருந்தா என்ன? நாங்க எங்க வேலைய செஞ்சுதானே ஆகணும்?" எனத் துப்புரவாளன் சுப்பி வெறுப்பாகக் கூறினான்.

சற்று நேரத்தில், அங்கே கிடந்த காய்ந்த இலை தழைகளையும், வேல மரக் கட்டைகளையும் அடித்து நொறுக்கிப் பிணத்தின் மீது போட்டு நெருப்பைப் பற்ற வைத்தார்கள். புகை அடர்த்தியாக மேல்நோக்கி எழுந்தது. அந்தப் புகையில் பெரியவரின் உருவம் தோன்றி அருவருப்பாகச் சிரித்தது. 'இதுக்கு மேல என்னை என்ன பண்ண முடியும்?' எனக் கேட்பது போல் இருந்தது அந்தச் சிரிப்பு.

***

அகாடமி விருது

இன்றைக்குத்தான் குளிர் அதிகமானது. குளத்தின் அருகில் வானிலை மிக இதமாக இருந்தது.

குளிர் காலம் நாலு மாசங்களென்றாலும், குளிர் இருப்பது மிஞ்சி மிஞ்சிப்போனால் ஒன்றரை மாதம்தான். கோதாவரி மாவட்டங்களில் அப்படித்தான். இயற்கை எவ்வளவு அழகாக இருந்தாலும், வெக்கையாக இருப்பதால் மக்கள் அவதிப்படுவார்கள். வானிலை இவ்வளவு இதமாக, குளிராக இன்னும் சில நாட்கள் இருந்தால் எவ்வளவு நன்றாக இருக்குமெனத் தோன்றும். குளத்தின் பக்கத்தில் வருகையில் யார் வீட்டிலிருந்தோ மீன் குழம்பு வாசம் மூக்கைத் துளைத்தது.

காலை பத்து மணி, ஆனாலும் சேவல்கள் கூவிக்கொண்டே இருந்தன. 'சங்கராந்தி' (தெலுங்குக்காரர்களின் பொங்கல் பண்டிகை) பண்டிகையின் வருகையை முன்னிட்டு கிராமங்கள் மாவிலைத் தோரணங்களைக் கட்டுவது போல் தோன்றின. இந்த நிகழ்வைப் பார்த்தால் ஸ்ரீனிவாஸ் நன்றாக கவிதை எழுதுவான் என்று தோன்றியது.

சங்கராந்திக்கு வருகிறேனென்று சொன்னான். அப்போதுதான் உண்மையான கொண்டாட்டத்தை ரசிக்க முடியும்.

இதற்குள் ஸ்ரீனிவாஸின் மகள் விபஞ்சியிடமிருந்து போன் வந்தது..

"அப்பாவை இப்பதான் செஞ்சுரி ஹாஸ்பிட்டல்ல சேர்த்திருக்கோம். கொஞ்ச நேரத்துக்கு முன்னாடிதான்

கண் கிறங்கி கீழே விழுந்து, உடனே மயக்க நிலைக்குப் போயிட்டார். அம்மா உங்களுக்கு போன் பண்ணச் சொன்னாங்க. ஒரே பதற்றமா இருக்கு அங்கிள்" என்றாள்.

"சரி நான் கொஞ்சம் நேரத்துல கிளம்புறேன் பதட்டப் படாதீங்க.. சாயங்காலத்துக்குள்ள அங்க வந்துடுறேன்" எனச் சொல்லி வீட்டுக்குக் கிளம்பினேன்.

நாராயணபுரம் அருகே கார் பிரதான சாலையை நோக்கிச் செல்லுகையில் நினைவுகள் எங்கெங்கோ அலைமோதின. ஸ்ரீனிவாஸ் உடனான நட்பு நாற்பது வருடங்களுக்கும் மேல்தான்.

பீமவரம், டி.என்.ஆர். கல்லூரியில் நான் சைன்ஸ், அவன் ஆர்ட்ஸ் க்ரூப். முதல் ஆண்டு கல்லூரி விழாவில் அவன் தெலுங்கு மகாக்கவி ஸ்ரீஸ்ரீயின் கவிதைகளை வாசித்தான்.

பாவிகளே... சீர் கெட்டவர்களே..

ஏமாற்றப்பட்ட தம்பிகளே..

உணர்வுபூர்வமாக அவன் அதைப் படிக்கையில் நான்.. மெய்மறந்து அவனுடன் நட்பு கொள்ள ஆசைப்பட்டேன். அவனது ஊர் உள் பகுதியில் இருக்கும் 'பூசலமர்ரு' எனும் கிராமம். அது அதிகமாக மீனவர்கள் வசிக்கும் கிராமம். அவன் நடுத்தரக் குடும்பத்தைச் சேர்ந்தவன். ஒரு வழியாக இலக்கியத்தில் கொஞ்சம் பிடிமானம் கிடைத்துள்ளது. டிகிரி நாட்களில் கவிதைகள், கட்டுரைகள் எழுதுவான். எங்களது நட்பு நாளுக்கு நாள் வளர்ந்துகொண்டே போனது. அவன் அதன் பிறகு முதுகலை பட்டப்படிப்பு நிமித்தமாக, 'வைஜாக்' கிளம்பினான். அங்கு மாணவர் இயக்கம், காதல் விவகாரங்கள், டாக்டரேட், ஒரு நாளிதழில் வேலை எனப் படிப்படியாக வளர்ந்துவிட்டான். எழுத்துலகில் தற்போது ஆலமரமாக வளர்ந்து நிற்கிறான். எங்களது நட்பும் வளர்ந்து பிணைந்து போனது.

பீமவரத்தில் படிக்கின்ற காலகட்டத்திலேயே அபிருச்சி ரெஸ்டாரண்டில் ரெண்டு சிக்கன் பிரியாணி பார்சல்களை வாங்கிக்கொண்டு, ஒரு பெரிய கோகோ கோலா பாட்டிலை எடுத்துக்கொண்டு, 'உண்டி' ரோட்டில் ரயில்வே ட்ராக்கின் பக்கத்தில் சிமெண்ட் பலகையில் அமர்ந்து, இலக்கியம் பற்றியே பேசிக்கொண்டு இருப்போம்.

குமார் கூனபராஜு தமிழில்: ஸ்ரீனிவாஸ் தெப்பல ◆ 21

அப்போதுதான் திலக் எழுதிய 'அம்ருத்தம் குரிசின ராத்திரி' புத்தகத்தில் இருக்கும் கவிதைகளை எனக்கு வாசித்துக் காட்டினான்.

"எனது எழுத்துகள்
கண்ணீரில் ததும்பும்
கருணை மலைகள்,
எனது எழுத்துகள்
மக்கள் சக்தியைச் சூழ்ந்த
வெற்றி ஐராவதங்கள்!!
எனது எழுத்துக்கள்
வெண்ணிலவில் விளையாடும்
அழகான பருவப் பெண்கள்.

அவனது குரல் அமுது போல் ஒலிக்கும். அன்று இரவு வெண்ணிலவில் விளையாடும் பருவப் பெண்கள் எனது கனவிலும் தோன்றினார்கள்.

அவனது காதல் விவகாரங்கள், கல்யாணமான பின் குழந்தைகளின் பிறந்த நாட்கள், நடுநடுவே திருமண நாட்களெனப் பலமுறை எங்களது குடும்பங்கள் ஒன்று சேரும்.

பின் அவன் ஹைதராபாத் வந்து சேர்ந்ததும் 'எழுத்தின் வாசம்' பரவத் தொடங்கியது.

மெஹதிபட்டினம் அறையில் எத்தனை சந்திப்புகள், பிரியாணி விருந்துகள்! கவிஞர்கள் கூட்டங்களும் பரபரப்பாக இடம்பெற்றன. பிள்ளைகளின் திருமணங்கள் முடிந்தன. வீடு வாங்கினான். ஆறுக்கும் மேற்பட்ட கவிதைத் தொகுப்புகள் அச்சிட்டான். அவற்றில் சிலவற்றிற்கு விருதுகள் கூட கிடைத்தன. வாழ்க்கைக் கப்பல் அமைதியாக நகர்ந்தது.

ஆனால், ஏதோ ஒரு குறைபாடு அவனை வாட்டி எடுத்தது. அவனுக்கும், அவனது கவித்துவத்துக்கும் கிடைக்க வேண்டிய அங்கீகாரம் கிடைக்கவில்லை என்ற நிராசை அவனது மனதினை ஆக்கிரமித்தது.

இடையிடையே பார்ட்டிகளுக்குச் செல்லுகையில்,

"மத்திய அரசு கொடுக்கும் மதிப்புமிக்க 'சாகித்ய அகாடமி விருது' யார் யாருக்கோ வழங்குறாங்க" என்று புலம்புவான்.

இவை அனைத்தும் அரசியல் என்றும், உயர் சாதி கவிஞர்களுக்கு மட்டும்தான் வழங்குகிறார்கள் என்றும்

வேதனைப்படுவான். 'எரிகின்ற தீயில் எண்ணெய் ஊற்றுவது' போல இரண்டு நிகழ்வுகள் அவனை மேலும் நிலைகுலையச் செய்தன.

ஒருமுறை நானும், ஸ்ரீனிவாசனும் கச்சிபவுலியில் நடைபெற்ற விருந்தில் கலந்துகொண்டபோது, விஸ்வகர்மா அவர்கள்...

"நீண்ட காலமாக கவிதைகளை எழுதிவரும் மூத்த கவிஞர் அஜார் ஒரு மாதத்துக்கு முன்பாக, ஒருநாள் ராத்திரியில் என் வீட்டுக்கு வந்து, என் கைகளைப் பிடித்தவாறு 'இந்த முறை தன் பெயரை விருதுக்குப் பரிந்துரைக்குமாறு கேட்டார். பாவம் பார்த்து அவருடைய பெயரை விருதுக்கு பரிந்துரைரைத்தேன்" என்றார்.

இதைக் கேட்டதும் ஸ்ரீனிவாசனுக்கு வியப்பும், அதே சமயம் வருத்தமும் ஒரே நேரத்தில் ஏற்பட்டது.

"இந்த முறை கொஞ்சம் ஸ்ரீனிவாசனுக்கும் ஏதாவது பார்த்து சிபாரிசு செய்யுங்களேன்" என்று நான் அவரை வேண்டினேன்.

உடனே அவர், "ரொம்ப ரகசியமான விஷயம் சார் இது, அடுத்த வருஷ கமிட்டியில் நான் இருக்க மாட்டேன்" எனப் பதிலளித்தார்.

பாவம், கவிஞர் அஜாரும் விருது பெற்ற அந்த ஆண்டிலேயே இறந்தும் போனார்.

அண்மையில் அடுத்த விருதிற்கான அறிவிப்பு நடைபெற்றது. டீச்சரும், கவிஞனுமான அவனது நண்பன் வின்செண்ட்டின் மகள் மேரி, அவள் எழுதிய ஒரு நாவலுக்காக 'யுவ புரஸ்கார்' விருதினைப் பெற்றாள். அவள் ஸ்ரீனிவாஸனின் சிஷ்யைதான். போன் செய்து, 'எல்லாமே உங்க ஆசிதான் அங்கிள்' என்றாள். அதைக் கேட்டதும் ஸ்ரீனிவாஸ் பெருமூச்சு விட்டான். "இதெல்லாம் இட ஒதுக்கீட்டினால் வந்த வினை" என்று நினைத்தான். எதற்கோ அவனைச் சோர்வு சூழ்ந்தது. 'நேர்மையாக வாழ்றவனுக்கு இந்த உலகத்தில் இடம் கிடையாது'என்று துயரப்பட்டான்.

இதற்கிடையில் அவனது மகள் விப்பஞ்சி சுற்றுலாவுக்குச் செல்கையில், அவளது வளர்ப்பு பூனைக்குட்டி, 'ஓரகமி'யை ஸ்ரீநிவாஸனின் வீட்டில் விட்டுச் சென்றாள். பூனையுடன்

பிணைப்பு ஏற்பட்டது. அதனுடன் விளையாட்டில் மூழ்கினான். இடையிடையே முகநூலில் அதைப் பற்றி கவிதைகள் எழுதுவான். யாராவது பாராட்டினால் மிகவும் சந்தோஷப்படுவான். யாராவது விமர்சனம் செய்தால் கண்ணில் நீர் கசியும்.

'சீ.. கழிசடைங்களுக்கு ரசனையே கிடையாது' என்று ஏசுவான்.

இரவில் தூக்கம் வராது. எதன் மேலும் மனம் ஒருமைப்படாது. இந்த மாற்றங்களைக் கவனித்த மனைவி, மகளின் உதவியோடு ஒரு சைக்காலஜிஸ்ட்டை சந்தித்தாள். அவர் தூக்கத்துக்கான மாத்திரைகளை எழுதிக் கொடுத்தார். சில நாட்கள் கழித்து மீண்டும் கதை முதல் நிலைக்குதான் வந்தது.

"கவிஞனுக்கு அகாடமி விருது மட்டுமே அளவுகோல் கிடையாது இல்லையா?. சிறந்த படைப்புகள் கொண்ட எழுத்தாளர்கள் பலருக்கும் இங்கு விருதுகள் கிடச்சதில்ல. எழுத்துக்காக நீ எவ்வளவோ மெனக்கிட்டு இருக்க. நல்லாவே வாழ்ந்தும் இருக்க, இதே திருப்தியோடு வாழ்க்கையை வாழு, அது போதும்'' என்றேன் நான்.

"நான் எழுதுனதுல பத்து சதவிகிதம் எழுதாதவங் களுக்குக் கூட விருதுகள் கிடைச்சிருக்கு" என ஸ்ரீனிவாஸன் பொறுமையாகச் சொன்னான்

நேத்து ஸ்ரீனிவாசன் மகள் விப்பஞ்சியிடமிருந்து போன்...

"ஒரு வாரத்துக்கு முன்னாடிதான் அப்பா சொன்னாரு. அவரோட நண்பன் மூலமா ஒரு நாடாளுமன்ற உறுப்பினர் தில்லியில் முயற்சி செய்றாருன்னு... இதுதான் கடைசி முறைன்னும். ஆனா நேத்துதான், 'இந்த வருஷத்துக்கான விருதுகளை' அறிவிச்சாங்க. என்ன நடந்ததுன்னு தெரியல அப்பா பேரு மட்டும் அதுல இடம்பெறல. அன்னையிலிருந்து குழப்பமா குட்டி போட்ட பூனை மாதிரி அங்கும் இங்கும் அலையுறாரு. மதியம் ரொம்ப நேரம் அழுதாரு. அவருக்கு அம்மாதான் ஆறுதல் சொன்னாங்க. ராத்திரி முழுக்க தூக்கம் இல்லைன்னு நினைக்கிறேன். காலையில மயக்கம் போட்டு விழுந்துட்டாரு"

விப்பஞ்சி மீண்டும் போன் செய்தாள். “இப்போ எதுவரை வந்திருக்கீங்க அங்கிள்?” என.

“இப்போ சூர்யா பேட்டைல இருக்குற செவன் ரெஸ்டாரண்ட்ல சாப்பிட்டுட்டு இருக்கேன்” எனச் சொன்னேன்.

“எல்லாம் நல்லபடியாதான் போயிட்டிருக்கு. உயிருக்கு எந்த ஆபத்தும் கிடையாது. நினைவு திரும்புற வரை தீவிர சிகிச்சைப் பிரிவுலதான் வைக்கணுமாம்'' என்று டாக்டர் சொன்னதாக விப்பஞ்சி சொன்னாள்.

மருத்துவமனையைச் சேர்வதற்குள் ஏழு மணியானது. தீவிர சிகிச்சைப் பிரிவில் அமைதியாக உறங்குகிறான் ஸ்ரீனிவாஸ்.

ரொம்ப தொந்தரவாகக் கருதினாள் போல அவன் மனைவி. “உங்க நண்பருக்கு எதுக்கு இந்தப் புது பைத்தியம்? எவ்வளவோ அவதி பட்டோம். கடைசில அதிலிருந்து எப்படியோ விடுபட்டோமுன்னு நினைக்குற நேரத்தில இந்த நோய் பிடிச்சுகிடுச்சு”என்று அவள் பெருமூச்சு விட்டாள்.

“அந்த விருதுகள் கிடைக்கலேனா, இப்ப குடி மூழ்கிடுமா யென்ன? இந்த ரிட்டையர்ட் ஆன காலத்துல, காஸ்ட்லி நோய வாங்கிக் கட்டிக்கிட்டாரு” என்றுவெறுப்படைந்தாள்.

விப்பஞ்சி என்னைப் பக்கத்தில் அழைத்து “தப்பா நினைக்காதீங்க அங்கிள். அம்மா சுத்தமா சகிப்புத்தன்மை இழந்துட்டாங்க” என்றாள்.

ஆஸ்பிடலில் டாக்டர் “இதில் நியூராலஜிக்கல் பிரச்சனை ஏதும் இல்ல, இது முழுசா சைக்கலாஜிகல் ப்ராப்ளம்.. அவரது சின்ன வயசு மனக்கசப்புகள் ஏதோ மறுபடியும் தொந்தரவு செய்யுது. தாழ்வு மனப்பான்மை, மனச்சோர்வு, மனவருத்தங்களும் இப்போ மொத்தமா தூக்கிவாரிப் போடுது. தெரப்பி செய்யணும். இது ரொம்ப விலை உயர்ந்த சிகிச்சை முறை. அவருக்கு ஒருவேளை நாளைக்கே நினைவு வரலாம். எதுவானாலும் நீங்க அப்புறமா முடிவு செஞ்சிக்கலாம்” என்றார்.

விப்பஞ்சி கொஞ்சம் பதற்றமாக இருந்தாள்.

“கொஞ்சம் பொறுத்திருந்து பார்க்கலாம்“ என்றேன்.

சில நாட்கள் கழிந்தன. மீண்டும் ஸ்ரீநிவாசை பார்க்கச் சென்றேன். வெளியே பார்க்கில் அமர்ந்தோம். அவன் மனைவி காபியை கொடுத்துவிட்டுச் சென்றாள். உடல் தேய்ந்து, மெலிந்து போய் இருந்தான்.

"ஏதாவது புதிய கவிதை எழுதுறியா?" என்று கேட்டேன்.

"குட்டிப் பூனை ஒரகாமி பற்றியே வரிசையா எழுதுறேன்,

"காதல் வற்றிய
இந்த நீளமான பாலைவனத்தில்
நீயும் நானும் அப்படியே
சேர்ந்து நடந்து கொண்டு
தொடுவானம் சேரும் இடத்திற்கு
சுற்றுலா செல்வோமா ஒரகாமி!"

"நீ முகநூலில் பார்க்கிறது இல்லையா" என்றான்.

அந்தப் பூனை அவனது மடியில் செல்லம் கொஞ்சு கின்றது. அவன் முத்தமிட்டுக் கொண்டிருந்தான். பூனையின் நினைப்பில் வீழ்ந்திருக்கிறான், விருதை மறந்துவிடுவானென்று நினைத்தேன்.

சிறிது நேரம் கழித்து, "இனி கிளம்புறேன்" எனக் கிளம்பினேன்.

கூடவே கேட் வரை வந்து, என்னிடம் காதில்,

"இந்த முறை உறுதியாக திட்டம் தீட்டியிருக்கிறேன். விருது உறுதி..." எனக் கண்ணடித்தான். நான் என்ன செய்வதென்று தெரியாமல் திகைத்துப்போனேன்.

நாட்கள் கடந்தன. அவனைப் பற்றிய தகவல்களை விப்பஞ்சி உடனுக்குடன் தெரிவித்துக் கொண்டே இருந்தாள்.

"கொஞ்ச நாளிலியே நிலைமை இன்னும் மோசமா மாறிடுச்சி. அம்மா இருக்க முடியலைன்னு சித்தி வீட்டுக்குப் போயிட்டாங்க. அப்பாவை என்கிட்டயே வெச்சி பார்த்துக்குறேன் அங்கிள்" என்றாள்.

"ஒருமுறை உங்களைப் பத்தியும், நீங்க எதனால இப்பெல்லாம் போன் பண்றதில்லன்னும் கேட்டாரு. உங்களைப் பத்தி என்கிட்ட விசாரிச்சிட்டே இருக்காரு உங்க நண்பர்" எனச் சொன்னேன் என்றாள்.

“அவன் எனக்கே நேரடியா போன் பண்ண வேண்டியதுதானே!’’ அப்படினு கேக்குறாரு என்றாள்.

“அவனுக்கு எவ்வளவு பண்ணி இருக்கோம். எல்லா சந்தர்ப்பத்திலும் கவிதைகள் எழுதிருக்கேன். அதையே ஒரு புத்தகமாப் போடலாம்’’ என்றார் அப்பா என்றாள்.

“நீங்களே உங்க நண்பருக்கு போன் பண்ணி இருக்கலாமே” என்று சொன்னதுல கோபம் ஆயிட்டாரு என்றாள்.

“பிறகு கொஞ்ச நாள் கழிச்சி பழைய நண்பர் ஒருத்தர் வந்தாரு. ரெண்டு பேரும் சந்தோஷமாக கொஞ்ச நேரத்தக் கழிச்சாங்க. பிறகு அகாடமி விருதுகளைப் பத்தி வாதம் நடந்தது. அவர் அப்பாவை கன்னா பின்னான்னு திட்டிட்டாரு” என்றாள்.

மேலும் அந்த நண்பர்

“எவ்ளோ நல்லா எழுதுறவன். ஏன் இப்படி கீழ்த்தரமா நடந்துக்கிற? இப்படி ‘அரசாங்கங்கள் மெச்சுனா தவிர நீ எழுதுறது கவித்துவம் கிடையாதா? இப்படி பொருள் சார்ந்த பெயருக்காக ஏன் பிடிச்சுக்கிட்டு தொங்குற? சமூகத்துல இனவாதத்தைப் பத்தி கூர்மையான வரிகள் எழுதறவன் நீ.. உன்ன எவ்வளவோ மேன்மையா நினைச்சேன். தப்பு என்னது தான்”னு சொல்லி வெறுப்பா கிளம்பிட்டாரு என்றவள்,

“அப்பா அன்னைக்கு மனச்சோர்வுக்கு ஆளானவர்தான், மறுபடியும் அதிலிருந்து மீண்டு வர மூணு நாளாச்சு” எனச் சொன்னாள்.

சங்கராந்திக்கு இன்னும் பத்து நாள் கூட இல்லை. தென்றல் வீசுகிறது. தென்னை மரங்கள் தங்களது கிளைகளை மென்மையாக அசைத்துக் கொண்டிருந்தன. அரசமரம் இலைகளால் சலசலவென சப்தமிட்டுக்கொண்டு ஏதோ ஒரு ரகசியம் சொல்வதற்கு முயற்சி செய்தது. வேப்பமரம் கம்பீரமாக நின்றது. ஆனால் கிளைகள் லேசாக அசைவதால் அதன் சந்தோஷத்தைப் பதுக்கி வைக்க முடியவில்லை. நீலப் பச்சை வண்ணத்தில் இருந்த சிறிய அலைகள் துள்ளிப் பாய்கின்றன. ஜோடி மைனாக்ள் கீச்சலிட்டுக்கொண்டு எங்கேயோ பறந்து சென்றன.தும்பிகள் சிறிய சாமந்திப்

பூக்களின் மீது வட்டமிட்டுக் கொண்டிருந்தன. வெள்ளைக் கொக்கு பறந்து வந்து அந்தத் தண்ணீரின் ஓரத்தில் நின்றது.

இதனிடையில் விப்பஞ்சியிடமிருந்து மறுபடியும் போன் வந்தது.

“அப்பா, அம்மா, நான் மூணுபேரும் காலையிலேயே கிளம்பி ஹைதராபாத் வந்துட்டோம். உங்க கூட மூணு நாளாச்சும் இருக்கணுமுன்னு அப்பா சண்டை போடுறாரு” என்றாள் அவள்.

“சரி வந்துடுங்க, இங்கயே சாப்பிடலாம்” என்றேன்.

ரொம்ப நாள் கழித்து நண்பன் குளத்தருகே வருகிறானென்று குஷி வந்தது.

அவர்கள் குளத்தைச் சுற்றி வந்து புகைப்படங்கள் எடுத்துக் கொண்டிருந்தார்கள்.

“சீக்கிரமா ரெண்டு பெக்கு ஊத்திக் கலக்கு, அவங்க வரதுக்குள்ள குடிச்சிடலாம்” என்றான் ஸ்ரீனிவாஸ் என்னிடம்.

“ராவலசு மீன் குழம்பு பட்டய கிளப்புது” என்றான் சாப்பிடுகையில்.

“சாயங்காலத்துக்கு க்வாஜா கோழி பொரியல் ரெடி” என்றேன் அவனிடம்.

துள்ளிக் குதித்தான்.கொஞ்ச நேரம் கழிந்தது.

“நல்ல நட்புக்கு முன்னாடி எந்த விருதுகளும் ஈடு இணையே இல்லை” என்றான்.

அவனது கண்களில் நான் அன்று பொலிவைப் பார்த்தேன்.கொஞ்சமாவது அவனில் மாற்றம் வந்தால் அவர்கள் பிரச்சனை தீர்ந்து எல்லாம் சுமூகமாக முடியுமென்று எதிர்பார்த்தேன்.

மீண்டும் சில நாட்களில் விப்பஞ்சியிடமிருந்து போன்...

“அப்பா எங்களுக்குத் தெரியாம போன் பண்ணிக்கிட்டு இருக்காரு. எனக்கு ஏன் விருது வழங்க மாட்டேங்குறாங்கன்னு விதண்டாவாதம் செய்றாரு. நோய் மறுபடியும் எங்க புரட்டி எடுக்குமோன்னு எங்களுக்கு ஒரே பயமா இருக்கு. அம்மாவும் மோசமா திட்டுறாங்க. அப்பா எங்க ஊருக்குக்

கிளம்புறேன்னு சொல்றாரு. ஒவ்வொரு வருஷமும் டிசம்பர் வந்தாலே பயமா இருக்கு. இந்த முறை பண்ணப் விருது தேர்வு முடிவுகள் அறிவிச்சதும் என்ன கொடுமை போறோரோன்னு எங்களுக்கு பயமா இருக்கு அங்கிள்" என நிராதரவாகப் பேசினாள்.

"இப்ப என்ன செய்யறது?" பலவிதமாக யோசித்தேன்.

எழுத்தாளர்களுக்கு அகடமி விருது வழங்கும் முறையில் நிலவும் குளறுபடிகளை தீவிரமாகக் கண்டித்து பத்திரிகைகளுக்கு நான் கட்டுரைகள் எழுதினேன். மற்றொரு போலிப் பெயரில் கடிதங்களைக் கூட எழுதினேன். பத்திரிகைகளில் நான் எழுதிய கட்டுரைகள் பரவலாகப் பேசப்பட்டன. இதைக் கண்டு ஸ்ரீனிவாஸனைப் போலவே விருதுகள் வருமென்று ஒவ்வொரு ஆண்டும் எதிர்பார்த்து ஏமாற்றம் அடையும் சக எழுத்தாளர்களும் வெகுண்டெழுந்து எனக்கு ஆதரவாகவும், அகடெமியைக் கண்டித்தும் அறிக்கைகள் வெளியிட்டார்கள்.

இதற்கிடையில் ஒரு விசித்திரம் நடந்தது. புகழ் மிகுந்த எழுத்தாளர் 'அனந்தசயன சர்மா' பெயரில், 'வாழ்நாள் சாதனை விருதினை' ஸ்ரீனிவாஸுவுக்கு அறிவித்தார்கள். இந்த விஷயம் அனைத்துப் பத்திரிகைகளிலும் முக்கியச் செய்தியாக வந்தது. உண்மையில் நீண்ட நாட்களுக்கு முன்பே இந்த விருது தடை செய்யப்பட்டிருந்தது.

ஆனால் நேற்று காலையில்தான் சிட்னியில் இருந்து அனந்தசயன சர்மாவின் பேரன், போன் செய்ததாக ஸ்ரீனிவாஸ் சந்தோஷத்தில் மூழ்கிச் சொன்னான்.

"டிசம்பர் மூணாவது வாரமே ஹைதராபாத்தில் விழா நடைபெற உள்ளதாகவும் அங்குதான் விருதிற்கான பரிசுத் தொகை இரண்டு லட்சம் ருபாய் செக்கை வழங்குவார்கள் என்றும், தன்னால் விழாவில் பங்குபெற முடியாததினால் ஜூம் மீட்டிங்கில் பேசுகிறேன், ரவீந்திர பாரதி பெரிய அரங்கில் மீட்டிங் நடைபெறும். அது முடிவடைந்ததும், மற்றொரு மீட்டிங் கச்சிபவுலியில் பைவ் ஸ்டார் ரெஸ்டாரண்டில் ஏற்பாடு செய்கிறேன்" என்றும் சொன்னதாக அனந்தசயன சர்மாவின் பேரன் கூறிய செய்தியையும் என்னிடம் பகிர்ந்து கொண்டான்.

“நீ குடும்பத்தோடு அங்கு வந்து சேரு. என்னோட மத்த நண்பர்கள்கிட்டயும், அவங்களை குடும்பத்தோட வரச் சொல்லிட்டேன். இந்த முறை நம்ப யாருன்னு எல்லாருக்கும் காட்டணும்” என ஸ்ரீனிவாஸ் உரக்கப் பேசினான்.

‘அகாடமி விருது’ அறிவிப்புக்கு முன்பே இவர்களது விருதுக் கூட்டம் வெற்றிகரமாக நடந்து, முடிந்தது. இப்போது ஸ்ரீனிவாஸ் இயல்பு நிலைக்குத் திரும்பிவிட்டான். அருமையான கவிதைகளை எழுதுகிறான்.

சில நாட்களின் பின் விப்பஞ்சி போன் செய்தாள்.

“நன்றி அங்கிள், இந்த நாடகத்தை வெற்றிகரமா முடிச்சுக் குடுத்ததுக்கு. அந்தப் பரிசுப்பணம் இரண்டு லட்சத்தையும் வீட்ல தரமாட்டேன்னு அப்பா ஒரே சண்டை. அம்மா வாங்குன கடனயாவது திருப்பிக் கட்டணுமில்லியான்னு நான் கேட்டதால் முணுமுணுத்துக்கிட்டே அந்தப் பணத்தைக் கொடுத்துட்டாரு. ஒரு வழியா அந்தப் பணத்தை மீட்டெடுத்துட்டேன்” என்றாள்.

“பார்ட்டில என்ன அங்கிள் சில பேரு மானாவாரியா குடிச்சிட்டு விழுந்து கிடக்கறாங்க? இவங்களெல்லாம் கவிஞர்கள்னு சொன்னா வியப்பாக இருக்கு. எல்லாருக்கும் நல்லது, கெட்டது சொல்றவங்க இப்படியா நடந்துக்கிறது? அப்பா மாதிரி பைத்தியக்காரங்க நிறைய பேரு அங்க தெரிஞ்சாங்க. இதெல்லாம் என்னனே எனக்குப் புரியல. என்னவோ.. இந்த உழைப்பெல்லாம் உங்க ஆஸ்திரேலியா நண்பன் ‘ரிஷி’ யோடதுதான். மனுசன் அனந்தசயன சர்மா பேரன் போலவே வாழ்ந்துட்டாரு. இப்போ கூட அப்பா அவருக்கு வாட்சப் கால் பண்ணிக்கிட்டிருக்காரு. மொத்தத்துல இந்த விருது நாடகக் கதைய அப்பாவுக்காக நல்ல படியா முடிச்சீங்க அங்கிள், உங்களுக்கு மிக்க நன்றி” எனச் சொன்னாள்.

“பாவம் உனக்கு பணம் ரொம்ப செலவு ஆயிடுச்சி போல” என்றேன் நான்.

“அது ஒண்ணும் பெரிய விஷயமில்ல அங்கிள், எனக்கு இந்த வருஷம் ஆபிசுல நல்ல போனஸ் கிடைச்சது. அப்பா வைத்திய செலவை விட இது எவ்ளவோ தேவலாம்“ என்றாள்.

ரெண்டு பேரும் போனில் சிரித்துக் கொண்டிருந்தோம். இதற்குள் ஸ்ரீனிவாஸிடமிருந்து போன் வந்தது.

"எனது எழுபதாவது பிறந்த நாளுக்கு அனந்தசயன சர்மாவின் பேரனை கட்டாயம் வரச் சொன்னேன். முயற்சி செய்றேன்னு சொன்னாரு, அவருக்கு நாம நல்ல பார்ட்டி கொடுக்கணும்" என்றான்.

நான் "சரி" எனச் சொன்னேன்.

நீண்ட நேரமாகக் குளத்தின் ஓரத்தில் ஜபம் செய்தபடி நின்ற கொக்கு சட்டென அலகைத் தண்ணீருக்குள் விட்டு மீனைக் கவ்விக்கொண்டது.

***

முக்குளிப்பான்

கும்மிருட்டு. வானிலை இளங்குளிராக இருந்தது. வான்முழுக்க விண்மீன்கள் கொத்தாகத் தொங்குகின்றன. நடுஜாமம் கடந்தது. இறால் மீன் பண்ணையில் படகு சத்தமின்றி மிதக்கிறது. ரெண்டு கருப்பு உருவங்கள் தெரிகின்றன. இயேசு பிளாஷ் லைட்டை போட்டு தண்ணீரில் பார்க்கிறான். துப்பாக்கியில் 'வெடி மருந்து, ரவைகளை' செலுத்தி குறி வைத்துப் பார்க்கிறான் விப்ரோ.

விப்ரோ சைகை செய்தான். படகு நின்றது. சின்ன விசில் சத்தம் ஒலித்தது. லைட் அணைந்துவிட்டது. துப்பாக்கி வெடித்தது. ரவைகள் சீறிப் பாய்ந்தன. இப்போது லைட்டைப் போட்டு அந்த இடம் முழுக்கத் தேடினான். இரண்டு முக்குளிப்பான்கள் கிடைத்தன. பிறகும் கொஞ்ச நேரம் வேட்டை தொடர்ந்தது. மேலும் மூன்று வேறுவகைப் பறவைகள் கிடைத்தன.

"இன்னிக்கிது போதும், இன்னும் ரெண்டு நாள்ல ராத்திரி வேட்டைக்கு வருவோம்" என்றான் விப்ரோ.

காலையில், சுடப்பட்ட இந்தப் பறவைகளை கண்ணில் காட்டினால் எஜமான் சாய்ராஜு மிக சந்தோஷப்படுவானென விப்ரோவுக்குத் தோன்றியது. பின்ன? இந்த வேட்டைக்காகத்தானே விப்ரோவை வரவழைத்தது. இறால் பண்ணையில் நிலவும் ஆயிரத்தெட்டு பிரச்சனைகளையும் சாய்ராஜு சமாளித்துக் கொள்வான். ஆனால் இந்தச் சிறிய பறவைகள் கூட்டத்தை ஒழித்துக்கட்டுவது மட்டும் விப்ரோவின் கையில்தான் இருக்கிறது.

'முக்குளிப்பான்' நீரில் வாழும் சிறிய வகைப் பறவை. இன்னும் சொல்லப்போனால் குருவிகளை விட கொஞ்சம் பெரியவை. வாத்து அளவில் அடர், வெளிர் பழுப்பு நிறத்தில் இருக்கும். பார்த்ததும், கொஞ்ச வேண்டுமென்பது போல் தோன்றும். நீரில் நீந்திக்கொண்டு நடுநடுவில் முங்கிவிட்டு ஒரு நிமிஷம் கழித்து ஏதாவது ஒரு மீனையோ, இறாலையோ அலகால் கவ்வியபடி மேல் எழும்பும். கொல்லேரு ஏரிப் பகுதியில், அங்கங்கே நீர் பரப்புகளின் அருகில் இவற்றைப் பரவலாகக் காணலாம். இவை அங்கிருக்கும் சம்பு புதர்களுக்கிடையே கூடு கட்டி வாழும். மற்ற பறவை இனத்துடன் ஒப்பிட்டுப் பார்த்தால் எண்ணிக்கையில் இவை சற்று குறைவாகத்தான் இருக்கும். சின்னதாக விசிலடிப்பது போல் ஒலிகளை எழுப்பும். மேலும் இவற்றைக் கொன்று, சாப்பிட மனிதர்கள் பெரும்பாலும் விருப்பப்பட மாட்டார்கள். பெரும்பாலும் நீர்ப்பாம்பு, கடுவன்பூனை, கழுகுகள் கண்ணில் இவை பட்டால் அவற்றுக்கு இரையாகும்.

இப்பொழுது இந்தப் பகுதி நெடுக மீன் பண்ணைகளும், இறால் மீன் பண்ணைகளும் நிறைந்துள்ளன. இச்சிறிய பறவைகளுக்கும் கூட இந்தப் பண்ணைகள்தான் வாழ்வாதாரமாக இருக்கின்றன. இவை ஒரு பண்ணையிலிருந்து, அருகிலிருக்கும் மற்ற பண்ணைகளுக்கு இரை தேடிச் செல்லும். அதனால் அனைத்துப் பண்ணைகளுக்கு நோய் பரவும் வாய்ப்புள்ளது.

விவசாயிகளுக்கு தற்போது ஒரு புதிய பிரச்சனை எழுந்தது. அவர்கள் கட்டுப்பாடின்றி இறால்களை வளர்த்ததினால் புதிதாக வைரஸ் பிரச்சனையும் அதிகரித்தது. வைரஸ் பரவிய சில மணி நேரங்களுக்குள் இறால்களைப் பிடித்தாக வேண்டிய கட்டாயத்திற்கு ஆளாகினர். ஏனெனில் வைரஸ் பிரச்சனையை மருந்துகள் எதனாலும் தீர்க்க முடியாது.

முக்குளிப்பான்கள், நீர் கொக்குகள், சிறிய பறவைகள், நீர்க் காகங்கள், ஆமைகள், நீர்ப் பாம்புகள் இவை அனைத்திற்குமே இந்த மனிதர்கள் வைத்துக்கொண்ட வரையறைகள் எதுவும் தெரியாதல்லவா? இவை வைரஸ் பரவிய பண்ணையிலிருந்து, பக்கத்து பண்ணைக்குப் போனால் அந்தப் பண்ணைக்கும் நோய் பரவும். அதனால் இறால்கள் மொத்தமும் இறக்க நேரிடும். இதனால்தான் விவசாயிகளுக்கு இந்த உயிரினங்கள் அனைத்தும் எதிரிகள் ஆகிவிட்டன. 'அவற்றை விட மனிதன்

உயர்ந்தவனல்லவா?' ஆகையால் இவை அனைத்தின் மீதும் மனிதன் குறி வைத்தான். சாய்ராஜூம் அப்படிப் பட்டவன்தான். இந்தப் பறவைகளை ஒழித்துக்கட்ட வேடனை வரவழைத்தே ஆகவேண்டுமென முடிவெடுத்தான்.

'விப்ரோ' பறவை வேடன். பறவைகளைக் கொன்று குவிப்பதுதான் அவனது குலத் தொழில். இவர்களில் சில குடும்பங்கள் கணப்பவரம் பாலத்தின் அருகில் கூடாரங்களை விரித்து வாழ்கின்றனர். பாசிமணி விற்கும் நரிக்குறவர்கள் போல இவர்களும் நாடோடி சமூகத்தினைச் சார்ந்தவர்கள். இவர்களுக்கு வீடு என்பதே கிடையாது. நாலு வாய் சோறு கிடைத்தால் எங்கேயும் செல்வார்கள். சாயிராஜூ கணப்பவரம் சென்று, விப்ரோ குடும்பத்தை, 'நின்றகொள்ளு' ஊருக்கு வரவழைத்தான். அவர்களை சில நாட்கள் குளக்கரையில் தங்கவைத்தான். அதன் பிறகு இறால்களின் தீவனத்தை வைக்கும் சின்ன அறையில் தங்க வைத்தான்.

விப்ரோ சிவப்பாக, மெலிதாக, உயரமாக இருப்பான். தலையில் வண்ண வண்ணக் கைக்குட்டைகளைக் கட்டிக் கொள்வான். ஒரு பழைய ரேடியோ தோளில் தொங்கிக் கொண்டிருக்கும். அதிலிருந்து ஏதோ ஹிந்தி பாட்டுகள் ஒலித்துக்கொண்டிருக்கும். ரொம்ப விசித்திரமான மொழிநடையில் பேசுவான். வேளா வேளைக்கு கொஞ்சம் சரியாகச் சாப்பிட்டால் அழகு கூடும் போல. மனைவி, மூன்று பிள்ளைகள். அவர்கள் மெலிந்து பார்க்க ரொம்பப் பரிதாபமாக இருப்பார்கள். உடுத்திக்கொள்ள சரியான ஆடை ஏதும் இருக்காது. தலைக்கு எண்ணெய் தேய்க்காமல் பார்க்க பரட்டைத் தலை போலிருக்கும். எப்பொழுதும் கடைக் குட்டியை இடுப்பில் சுமந்துகொண்டு, மற்ற இரண்டு குழந்தைகளுடன் குளக்கரைக்கு மனைவி வந்து கொண்டிருப்பாள். விப்ரோ அவர்களை அந்த இடத்தைவிட்டுப் போகச்சொல்லிக் கத்துவான். அவர்கள் மணிக்கணக்கில் ஏதோ ஒரு மொழியில், ஏதேதோ ஏசிக்கொன்டு இருப்பார்கள்.

விப்ரோ நல்ல வேட்டைக்காரன். உச்சி வெயிலில், மாலைப் பொழுதில் ஏதாவது மரத்தடியிலிருந்து, நீர்க் காகங்களையும், கொக்குகளையும் துப்பாக்கியால் சுடுவான். குளிர் காலத்தில் கொல்லேரு ஏரிக்குச் செல்லும் வாத்துகள்

வானத்தில் வரிசையாகப் பறக்கும். அவை கொஞ்சம் கீழே சென்றால் விப்ரோவின் துப்பாக்கிக்கு சிக்கவேண்டியதுதான். எப்போதாவது அவை சிக்கினால் போதும், உடனே சாயிராஜு கண்ணெதிரே தோன்றிவிடுவான். அவற்றினைத் தன் வீட்டுக்கு அனுப்புவான். அந்த வேளை நண்பர்களுடன் கட்டாயம் குடியும், கும்மாளமுமாகத்தான் இருக்கும். இன்னும் கொஞ்சம் அதிகமாகக் கிடைத்தால் நிடமர்ரு போலீஸ் இன்ஸ்பெக்டருக்கும், தாசில்தாருக்கும் அதில் பங்கு இருக்கும். மீதம் இருக்கும் பறவைகள் சட்ட மன்ற உறுப்பினரின் பி.ஏ. வுக்கும் போய்ச் சேரும்.

மதியம் வெயில் அதிகளவில் இருந்தது. காற்று அசைந்தாலுமே, அனலாகத்தான் இருந்தது. வேப்பமரம் அமைதியாக இருந்தது. இலைகள் லேசாக அசைகின்றன. அதன் கிளை ஒன்று குளத்தின் மீது சாய்ந்து, தண்ணீரில் அதன் நிழலை அதுவே பார்ப்பது போல் இருந்தது. இவர்கள் இருவரும் கொட்டகை நிழலில் அமர்ந்தனர். விப்ரோ ஓட்டை ஒடைசலாக இருந்த துப்பாக்கியை துடைத்துக் கொண்டு, வெடி மருந்தைச் செலுத்துகிறான். இயேசு மெதுவாக சுருட்டைப் பற்ற வைத்தான். குப்பென்று புகையைக் காற்றில் விட்டான்.

"இப்போ உன் சங்கதி என்னனு சொல்லு விப்ரோ?" என்றான் இயேசு.

விப்ரோவின் தந்தைக்கு குஜராத்தில் கச்சிபாடவா அருகே ஒரு கிராமம். பல ஆண்டுகளாகப் பறவைகளைக் கொன்று குவித்து அதில் பிழைக்கும் குடும்பங்கள். தற்போது அரசாங்கம் அங்கே வேட்டையைத் தடை செய்துள்ளது. இதனால் இவர்கள் அத்தொழிலை விட்டுவிட்டு, கூலித் தொழிலாளர்களாக நாட்டின் ஒவ்வொரு மூலையிலும் சிதறி குடியேற்றம் செய்தனர். இந்தக் குடும்பம் மட்டும் எங்கெங்கோ அலைந்து திரிந்து இறுதியில் நெல்லூர் புலிகாட் ஏரியை வந்தடைந்தது. சில நாட்களுக்கு முன்பு கொல்லேரு பகுதியில் கூலி அதிகமாகக் கிடைக்குமென்பதை அறிந்து, இங்கே வந்தடைந்தனர். இக்கதையைக் கேட்ட இயேசு சுரத்தே இல்லாதவன் போல் முகம் சுளித்தான்.

சில நாட்கள் கழிந்தன. சாயிராஜு நன்றாகத்தான் பணத்தை சம்பாதித்து கொண்டிருந்தான். மேலும் சில பண்ணைகளைக் குத்தகைக்கு எடுத்தான். அதில் நண்பர்களுக்கும் பங்கு

கொடுத்தான். நீர் ஊட்டச்சத்து மருந்துகள் விற்பனைக் கடையும், தீவனக் கடையும் வைத்தான். கையில் காசு இருந்ததால் குடி, கும்மாளம் மேலும் பழகிப் போனது.

இயேசுவுக்கு வேலை அதிகமானது.

"வெட்டியா எதுக்கு இருக்குற? இயேசுவுக்கு ஒத்தாசையா நீ கூட தீவனம் போடு. கொஞ்சம் கூலிய ஒசத்தித் தரேன்" என்றான் சாய்ராஜு. விப்ரோ தலையசைத்தான்.

பேருக்கு ஒத்தாசையாக இருந்தாலும் இந்தப் பண்ணை வேலை முழுக்க அவன் தலையில்தான் வந்து விழுந்தது. இனி வெயில் காலம் கொக்குளைத் துரத்துவதோடு இரவானால் பறவைகளின் வேட்டையும் இருக்கவே செய்யும்.

ஒருநாள் வெயில் காலத்தில் தாகம் எடுத்தது. குடிக்க கொண்டு வந்த தண்ணீரும் தீர்ந்துவிட்டது. விப்ரோ வீட்டுக்குக் கிளம்பினான்.

குழந்தைகள் வேப்பமர நிழலில் விளையாடுகின்றனர். வீட்டின் கதவு சாத்தியிருந்தது. வாசலருகே சாயிராஜுவின் செருப்புகள் கிடந்தன. திடுக்கிட்டான் விப்ரோ. கதவு உள்பக்கம் சாத்தியிருந்தது. சாயிராஜுவின் பேச்சு ரொம்ப சத்தமாகக் கேட்கின்றது. விப்ரோவின் மனைவியின் கதறல்களும் லேசாகக் கேட்டன. விப்ரோவுக்கு கோபம் வந்தது. கதவுகளை சத்தமாகத் தட்ட நினைத்தான். ஏதோ ஒரு சக்தி அவனைப் பின்னுக்குத் தள்ளியது. சாயிராஜு அவனுக்கு எவ்வளவோ சம்பள பாக்கி வைத்திருக்கிறான்.

"நீ ஊருக்குப் போறப்ப தாரேன்"எனத் தள்ளிப்போட்டுக் கொண்டே வந்தான்.

இப்போது சண்டை போட்டால் ஒரு பைசா கூட கை குடுக்கமாட்டான். மேலும் அவன் மீது ஏதாவது வழக்கு போடுவான். அந்தப் பகுதியில் அவனுக்கு செல்வாக்கும் நன்றாகவே இருந்தது. விப்ரோவுக்கு யாரும் உதவிக்கு கூட வரமாட்டார்கள் என மிக வருத்தத்துடன் பிதற்றியபடி பண்ணைக்குச் சென்றான்.

வீட்டுக்குத் திரும்பி வந்ததும் மனைவியின் முகத்தைப் பார்க்கப் பிடிக்கவில்லை. ராத்திரி ரொம்ப நேரம் தூக்கம் வரவில்லை. எப்போதோ ஆழ்ந்த உறக்கத்தில் அவளது விம்மல் சத்தம் கேட்டது. எழுந்து அவளைத் தேற்றினான்.

“நம்ப இந்த இடத்தை விட்டுக் கிளம்பிவிடலாம்“ என்றாள் பரிதாபமாக.

“சரி” என்றான் விப்ரோ.

மறுநாள் இயேசுவிடம் பேசினான். அவன் கதை இதைவிட சோகமாக இருந்தது.

“சாயிராஜு பிறக்கறதுக்கு முன்னாடியே அவன் அப்பன்கிட்ட வேலைக்குச் சேர்ந்தேன். அப்போ விவசாய வேலைகள் செய்வேன், அவங்கதான் எனக்கு கல்யாணத்தைக் கூட செஞ்சிவச்சாங்க. என் மனைவியைக் கூட மெள்ள வேலையில சேத்துகிட்டாங்க. ஆனா, பணம் ஏதும் பெருசா கைக்கு வராது. செலவுக்கு மட்டும் நாளும் ஏதோ கொஞ்சம் பணம் குடுப்பான். இந்த சாயிராஜூ இருக்கானே, அவனோட சொந்த வேலைகளுக்கு எவளோன்னாலும் செலவு பண்ணுவான். வேலைக்காரங்களுக்கு மட்டும் எச்சக் கையக் கூட அசைக்க மாட்டான்” என்றான் இயேசு துயரமான முகத்துடன்.

தற்போது இயேசு ஒரு நடைப் பிணம். இரவும் பகலும் எப்போதுமே வேலைதான்.

“பசங்க அரசு பள்ளியில் படிக்கிறாங்க. அவங்க வளர்ந்து ஆளாகி, இதிலிருந்து என்ன மீட்டெடுப்பாங்கன்னு ஆசை. ரொம்ப நாள் கழிச்சி தலித் பேட்டையில அவனுக்குக் கிடைச்ச வீட்டை மட்டும் எனக்கு குடுத்தான். இதுதான் அவன் செஞ்ச பேருதவி” என சொல்லிக்கொண்டே இயேசு பெருமூச்சுவிட்டான்.

அன்று சாய்ராஜு பண்ணைக்கு வந்தான். “அதோ தூரத்துல தெரியுதே அந்தப் பண்ணையில் வைரஸ் பிடிச்சிருக்கு. வானத்துல கழுகுங்க சுத்துது பார்த்தியா?” என்றான். தலையாட்டினான் விப்ரோ.

“நாம பத்து நாள் பத்திரமா பார்த்துக்கணும். இறால்கள், விற்பனை பருவத்துக்கு வந்திருக்கு. இரவும், பகலுமா கண்ணுல விளக்கெண்ணெய் ஊத்திகிட்டு காவல் பாக்கணும். புரிஞ்சிதா?’’ என எச்சரிக்கை செய்து அவன் செல்ல, விப்ரோ அவனைப் பின்தொடர்ந்து சென்று ஏதோ வார்த்தைகளை முணுமுணுத்தான்.

“என்னன்னு சீக்கிரம் சொல்லு?” என்றான் சாய்ராஜு சத்தமாக.

“அம்மாகிட்ட இருந்து போன் வந்தது, உடம்பு சரில்லியாம். ஒருமுறை வந்து பார்த்துட்டுப் போகச் சொல்லுது” என்றான் விப்ரோ கையைக் கட்டியபடி.

“இப்போ இந்த நேரத்துல எங்க போவ?, சாகுபடி முடிஞ்சதும் போகலாம்“ என்றான் சாய்ராஜ் வெறுப்பாக.

“ஐயா.. ஒரு இருபதாயிரம் குடுங்க, மருத்துவமனை செலவுக்கு அனுப்பணும்“ என்றான் விப்ரோ.

சாயிராஜு சகிப்புத்தன்மையை இழந்தான். உடனே

“இந்தா பத்தாயிரத்தை எடுத்துக்கோ”என, கையில் பணத்தை வைத்து வெறுப்புடன் கிளம்பினான்.

அன்று சாப்பிட்டு முடித்ததும், பிள்ளைகள் தூங்கின பிறகு...

“இன்னைக்கும் வந்து கட்டாயப்படுத்தினான். இனி இந்த மாதிரி கொடுமையெல்லாம் என்னால பொறுத்துக்க முடியாது,” என்று சொன்னாள் கூனிக்குறுகியபடி அவன் மனைவி. யோசனையில் ஆழ்ந்தான் விப்ரோ

“இன்னொரு நாலு நாளில் கிளம்பலாம்“என்றான் சோர்வோடு.

இரவு, பறவை வேட்டைக்காகப் பண்ணைக்குச் சென்றான். இயேசு இன்னொரு பண்ணையில் படுத்திருந்தான். பண்ணையைச் சுற்றி லைட் போட்டுப் பார்த்து கொஞ்ச நேரம் கழித்து ஒரு இடத்தில் அமர்ந்தான். ‘மீண்டும் ஏதோ ஒரு திசையில போகணும். வாழ்வாதார வேட்டை தொடங்கணும். ஏதோ துயரம் துரத்திட்டு வருது.’

துப்பாக்கியில் வெடி மருந்தும், ரவைகளையும் செலுத்தினான்.

துயரம் கொஞ்சம் கொஞ்சமாக, மயக்கம் போல் சூழ்ந்துகொண்டது.

இதற்குள் பண்ணையில் பறவைகள் அமர்ந்த சத்தம். துப்பாக்கியை அந்தப் பக்கம் குறி வைத்தான். உடனே ஒரு யோசனை. பறவைகளை ஏன் சுடணும்? இதுவரை எத்தனையோ சுட்டிருக்கிறான். ஆனால் அதனால் அவனுக்கு என்ன பயன்? என்ன மிஞ்சியது? ஒருவேளை அந்தப் பாவம்தான் அவனையும், அவனது குடும்பத்தாரையும்

வாட்டி எடுக்கிறதா? இந்த நினைப்பு மேலும் அவனில் பயத்தை உண்டாக்கியது.

பறவைகள் இரவு, பகலாய் வயிற்றை நிரப்பிக்கொள்ள மட்டுமே வேட்டையாடுகிறன.

"நான் கூட என்னோட வயித்துப் பிழைப்புக்குத் தான் வேட்டையாடுறேன்''. யோசிக்க யோசிக்க ஒன்றும் புலப்படவில்லை. தன்னையும் யாரோ வேட்டையாடு கிறார்களா? இந்த நினைப்பு மேலும் பயத்தை உண்டாக்கியது. மூச்சிரைக்கிறது. சற்று ஆசுவாசப் படுத்திக்கொண்டு துப்பாக்கியை மேல் நோக்கிச் சுட்டான். பறவைகள் தப்பி காற்றில் பறந்தன.

இரண்டு நாட்கள் கடந்தன. சாயிராஜு பத்தேபுரத்தில் குளக்கரையில் இடம்பெறும் மதுக்களியாட்டத்துக்குச் சென்றான். வந்த நண்பர்கள் கொஞ்சம் பேருக்கும், ராமல மீன் குழம்பு, (கோதாவரி ஆற்றில் தீபாவளி நேரத்தில் மட்டுமே கிடைக்கும் அரியவகை மீன்), பறவைப் பொரியல், இறால் பிரியாணியென இன்னும் பல வகையான சமையல்கள் தயாராகின. மூணு சீட்டு ஆட்டம் ஜோராக நடைபெற்றது. மதுக்கிண்ணத்தில் பாரின் விஸ்கி, வளையோசை கூட கேட்டது. இப்போது சாய்ராஜு வளர்ந்து வரும் ஹீரோ மாதிரி. அந்த இரவு ஒரு லட்சத்துக்கும் மேல் செலவு செய்தான். ஏதோ ஒரு வேளையில் விடிகாலையில் யாரோ அவனை வீட்டில்கொண்டு சேர்த்தார்கள்.

அன்றுதான் விப்ரோவுக்கு, தன்னோடு வேலை செய்யும் இயேசுவின் முழு வாழ்க்கையும் நினைவுக்கு வந்தது. சாய் ராஜு இவனையும் வெளியே விடாமல், அதே போல் அவனது செருப்புக்கு அடியிலியே வைத்திருப்பான் என்பதை உணர்ந்தான்.

எஜமான் குடுக்க வேண்டியது எவ்வளவோ இருந்தாலும், அது எப்பவுமே கிடைக்காதென்ற நினைப்பு அவனில் வருத்தத்தை உண்டாக்கியது.

'அந்த சிறு பறவைகளான முக்குளிப்பான்களின் வாழ்க்கை. விவசாயிகளுக்குத் தடையாக இருந்ததினால் அதை அழிக்கிறார்கள். அந்தப் பறவைகள் போல் எளியவனான என்னையும் இவர்கள் வாழ விடமாட்டார்களா? இறால் மீன்

பண்ணையின் செலவுகளில் கூலிக்காரர்களுக்கு கொடுப்பது ஐந்தில் ஒரு பங்குகூட இருக்காது. ஆனால் அவர்கள் பார்வை முழுக்க என்னைப் போன்ற எளியவர்களின் வயிற்றின் மேல்தான்'.

பிறை நிலவு வானில் தன்னந்தனியாகத் தெரிந்தது. அங்கங்கே விண்மீன்கள். வானிலை இதமாக இருந்தது. காற்று அசையவில்லை. மழை வருமென்று நினைத்தான். ரேடியோவை வைத்தால் ரஃபியின் பாட்டு.. ''சல் உட் ஜாரே பஞ்சீ'' (''பறக்கும் ஓ கிளியே பறந்துவிடு, நிலை குலைந்தது என் கூடு''...)

இந்தப் பாடல் யாருக்காக ஒலிக்கிறது? இந்தச் சிறு பறவைகளுக்காகவா? இல்லை தன்னைப் பற்றியா? என அவனுக்கு சந்தேகம் எழுந்தது.

இரவு பன்னிரெண்டு மணி ஆனது. வானில் தூரத்தில் எங்கேயோ மின்னல்கள், முக்குளிப்பான்களின் கூட்டம் பண்ணையில் நீந்துவது போல் சத்தம் கேட்டது. மனதில் சிந்தனைகளின் புயல். இப்போது அந்தச் சிறிய பறவைகள், விளையாடும் தனது குழந்தைகள் போல் தெரிந்தன. மனதினைத் துயரம் ஆக்கிரமித்தது. கைகளில் நடுக்கம் உண்டாகிறது. தற்போது அவனால் அந்தத் துப்பாக்கியைப் பயன்படுத்த முடியாது. இன்னும் சொல்லப்போனால் இனி ஒருபோதும் அவனால் அதைக் கையில் எடுத்துச் சுட முடியாது போல. பொறுமையாக வீட்டுக்குச் சென்றான்.

அந்த இரவே வயக்காட்டின் வரப்புகளில் நடந்து கடந்து குளக்கரையில் நடந்துகொண்டே நிடமர்ருவில் பந்திகொடு பாலத்திற்கு குடும்பத்தோடு வந்து சேர்ந்தார்கள். மழை லேசாகத் தூறத் தொடங்கியது. அங்கே வந்த லாரியைப் பிடித்து பயணித்து நெல்லூரின் பக்கம் போனார்கள்.

விடிந்தது. சாய்ராஜுவின் போன் ஸ்விட்ச் ஆஃபில் இருந்தது. இயேசு பரபரப்பாக வந்து

"பண்ணைக்கு வந்தப்போ வானத்துல நெறைய கழுகு பறந்துகிட்டு இருந்துச்சி. பண்ணை பூரா இறால் மெதந்துகிட்டு கெடக்கு. அதுல சில இறாலு அதுக்கு முன்னாடியே செத்துப் போய் கிடக்கு" என்று சொன்னான்.

***

பிராட்வே நாடகம்

இன்று தூக்கத்திலிருந்து தாமதமாக எழுந்தேன். கொஞ்சம் சோம்பலாக இருந்தது.

"இன்னக்கிதான் பிராட்வே நாடகம்ஞ்சீக்கிரம் கிளம்பு" என்று ஆனந்த் நினைவு படுத்தினான். இருவரும் அவசர அவசரமாகத் தயாராகி ஓட்டமெடுத்தோம்.

ஜமைக்காவில், 179 வது தெருவில், சுரங்க ரயில் நிலையத்தில் ரயில் எங்களுக்காகவே நிற்பது போலிருந்தது. அலுவலகங்களின் மும்முரமான வேலை நேரம் கடந்ததினால் ரயிலில் உட்காருவதற்கு இருக்கை கிடைத்தது..

ஒரு நாள் திடீரென வேணு கொலம்பஸிலிருந்து போன் செய்து பேசுகையில், இடையில்

"பிராட்வே நாடகம் பாத்தியா?" என்று கேட்டான்.

"அமெரிக்கால இருக்குற ஒவ்வொருத்தனும் வாழ்க்கையில் ஒருதடவையாச்சும் 'பிராட்வே நாடகம்' பாக்கணுமுன்னு கனவு காணுவான். ஆனா உங்களால் மட்டும் எப்படி நியூயார்க்ல இருந்துகிட்டு கூட, சாப்புட்டு, தூங்கிட்டு சும்மாவே பொழுது ஓட்டமுடியுது? மனுச பிறவின்னு எடுத்தா கொஞ்சமாவது ரசனையோட வாழணுமில்லையா?" என்று குத்திக் காட்டினான்.

"எங்க ஊருல நாங்க பாக்காத நாடகமா? இதுக்கு அப்பனாட்டமெல்லாம் பாத்திருக்கோம்" என்றேன் பதிலுக்கு நான்.

குமார் கூனபராஜு தமிழில்: ஸ்ரீனிவாஸ் தெப்பல

“ஒரு தடவ பாத்துட்டு, அப்பறம் விமர்சனம் பண்ணு. அப்பவேணும்னா நீ சொல்லுறதை நானும் ஒத்துக்குறேன்” என்றேன்.

சரி பார்க்கலாமுன்னு ஒரு முறை இணையதளத்தில் தேடிப் பார்த்தேன். அடேங்கப்பா! இவ்வளவு கட்டணமா? ஒரே எடுப்புல நூறிலிருந்து இருநூத்தி ஐம்பது டாலர் வரை கட்டணம் உயர்ந்திருந்தது. இவ்வளவு செலவு பண்ணி எல்லாம் பார்க்க முடியாதென்று கைவிட்டுவிட்டேன்.

“சில சமயம் டிக்கெட்டு சேலுக்கு இருக்கும். சிலதடவ வேலை நாள்னா, பகல் காட்சியில மட்டும், சும்மா போய் எட்டி பார்த்தா, நாடகம் தொடங்குனதுக்கு அப்பறம், எதாவது சீட்டு காலியா இருந்ததுனா, கம்மியான விலைக்கே, கிடைக்க வாய்ப்பிருக்கு" என்று வேணு மீண்டும் சொன்னான்.

சரி.. அறையில் வெட்டியாகத்தானே இருக்கிறோம், இறுதியில் ஒரு முறை முயற்சிப் பண்ணி பார்க்கலாமென்ற முடிவுக்கு வந்து விட்டோம். அன்று அதிசயமாக நாற்பது டாலருக்கே குறைவான விலைக்கு, இணையதளத்தில் டிக்கெட் கிடைத்துவிட்டது. இப்படி, நாடகத்தை பார்க்கவேண்டுமென்ற எங்களது கோரிக்கை ஒரு வழியாக உறுதிப்படுத்தப்பட்டது.

நாடகமென்று சொன்னதும், எட்டாவது வகுப்பில் எங்களது பள்ளிக்கூடத்தில் போட்ட 'உலக நாயகன்' நாடகம்தான் நினைவுக்கு வந்தது. நான் அதில் சேவகன் வேஷம் ஏற்றேன்.

“மகாராஜா உங்களைக் காண ஒரு தூதுவன் வந்திருக்கிறான்." என்ற ஒரே வசனம்தான். ஆனால் அதற்காக எவ்வளவோ கூத்து நடந்தது தெரியுமா? அதில் எங்களது அண்ணன், ரகு மற்றும் சில நண்பர்களென பங்கு பெற்றார்கள்.

பௌராணிக நாடகமென்பதால் மிகவும் குதூகலமாக இருந்தது. அண்ணன் ஸ்ரீ கிருஷ்ண தேவராயன் வேஷம் அணிந்தான். எனது கசின்தான் அந்த 'உலக நாயகன்' வேடமணிந்தான்.. நாடகம் முடிந்ததும் தங்கை சொன்னாள். “டேய் அண்ணனுக்குச் சைரை போடு" என நீ சொன்னத நாங்க எல்லாரும் கேட்டுவிட்டோம் என்று சிரித்தாள்.

ரகுவுக்கு அணிவித்த கவசம் அவனது மார்பை இறுக்கமாகப் பிடித்து, மூச்சுத் திணறி கொஞ்சம் அவதிப்பட்டான். எனக்கு கிரீடம் சூட்டவில்லை என்று கோபம் வந்தது. இந்த நாடகம் சிறப்பாக களை கட்டியது. எங்களது விடுமுறை நாட்களிலும் வீட்டு தர்பாரில் அட்டை கிரீடங்களை அணிந்து குதூகலமாக நாடகத்தில் பங்கு பெறுவோம்.

ஊரில் 'பீமேஸ்வர சாமி' திருவிழாவில் நடக்கும் நாடகங்கள் பற்றிச் சொல்லியாக வேண்டும். மார்ச் மாசத்தில் திருவிழாக் காலத்தில் கடுமையான வெயிலாகயிருக்கும். மதியம் கடைகளில் யாரும் இருக்கமாட்டார்கள். ராத்திரி ஆனால் மக்கள் கூட்டத்தால் ஒரே நெரிசல். ராத்திரி பத்து மணிக்குதான் நாடகம் தொடங்கும். எட்டு மணிக்கு கிளம்பி பெரிய கூட்டமாகப் போய்ச் சேருவோம். கரும்பு, ஜவ்வு மிட்டாய், காரசேவ், ஜிலேபி எல்லாத்தையும் நல்லா சாப்புடுவோம். எங்க ஊர் திருவிழாவில சிக்கன் பகோடா மிகச் சிறப்பாக இருக்கும். எல்லாத்தையும் தின்றபிறகு, அதையும் சாப்பிட நாக்கில் எச்சில் ஊறும். நாடகம் தொடங்குவதற்கு முன்பு மக்கள் கூட்டம் பகடைக் காய் ஆட்டத்துக்கு ஒன்று கூடுவார்கள். NTR, ANR, சாவித்திரி புகைப்படங்களை சீட்டின் பின்பக்கமாக ஒட்டி சீட்டைக் குலுக்கி போடுவார்கள். அதில் ஒரு சீட்டை திருப்புவான். NTR, ANR மேல பணம் கட்டினால் இரண்டு மடங்கு பணம் கிடைக்கும். அதுவே சாவித்திரியின் மீது பணம் கட்டினால் ஐந்து மடங்கு பணம் கிடைக்கும்.

சக்கரம் ஆட்டம் அருமையாக இருக்கும். இப்படிப் பட்ட ஆட்டங்களை அமெரிக்காவிலும் பார்க்கையில் சற்று வியப்பாக இருந்தது. நாடகம் தொடங்குவதற்குள் தூக்கம் வந்துவிடும்.

நாடகம் நாரதரின் பாட்டுடன் தொடங்கும். ஏனோ இந்த ராகங்கள் அவ்வளவாகக் களைகட்டாது. கழுதை உறுமல் போல் ஒரே கரகரப்பு.

துளசி, ஜலந்தர, பப்ருவாகனன், கிருஷ்ண துலாபாரம் போன்ற பௌராணிக நாட்டுப்புற நாடகங்கள்தான் அதில் சிறப்பு.

எங்க ஊரிலும் ஒரு நாடகக்குழு இருக்கின்றது. அவர்கள் கிருஷ்ண லீலைகளைப் போடுவார்கள். எங்களது பக்கத்து

வீட்டிலிருக்கும் அர்ஜுன், கிருஷ்ணனின் உதவியாளன் வேடம் ஏற்றான். நாடகம் போடும் நாளில் அனைவரது வீடுகளிலிருந்தும் வெண்ணை கொண்டு வந்து சேர்த்து, நாடகத்தில் வெண்ணை திருடும் காட்சிக்காக ஒரு பானையை ஏற்பாடு செய்வோம். அந்தக் காட்சியில் நகைச்சுவைக்கு விழுந்து விழுந்து சிரித்தோம். உண்மையைச் சொல்ல வேண்டுமென்றால் வெண்ணையை நன்றாகத் தின்று தீர்க்கிறார்களே என்று எங்களுக்கு ஒரே கோபமாக இருக்கும்.

இந்த நாடகங்கள் எப்போதும் விடிகாலையில் மூன்று மணிக்கு மேல்தான் முடியும். அதற்குள் நாங்கள் முழுமையாக உறங்கி விடுவோம். இறுதிக் காட்சி வருகையில் தூங்குகிறவர்களை எழுப்பிவிடுவார்கள். அரங்கத்தில் ட்ரிக்குகள் செய்வார்கள். ராமராவண யுத்தத்தின் நடுவில் மின்னல்கள் ஜொலிக்கும். நெருப்பு வரும். அவை எங்களுக்கு மிக சந்தோஷத்தை அளிக்கும்.கோணி மறைப்பின் ஓட்டை வழியாக அவர்களது ஒப்பனை அறைக்குள் எட்டிப் பார்ப்போம். அவர்களது முகங்களுக்கு வண்ணங்களைத் தீட்டி சிறப்பாகத் தோற்றமளிப்பார்கள்.

கிருஷ்ண ராயபரத்தில் கிருஷ்ணன் பாடிய ராகங்களுக்கு மக்களின் வரவேற்பு பிரமாதம். ‘செல்லியோ... செல்லக்கோ.. தமரு செசின பாசலு’ என அருமையாக தெலுங்கில் பாடுவான் சைதுலு. கிருஷ்ணர் வேஷத்திற்கு ஒருவர், இருவர், மூவரென இப்படி ஒவ்வொரு காட்சிக்கும் நடிகர்கள் மாறிக்கொண்டே இருப்பார்கள். மீண்டும் ஒருமுறை என்று மீண்டும் மீண்டும் பாட வைப்பார்கள். இவர்கள் ராகமெடுத்தால்...மக்கள் துள்ளியாடுவார்கள். காலையில் வேலை செய்யுமிடத்திலேயும் கூலிக்காரர்கள் நடுநடுவில் இந்தப் பாடலை முணுமுணுப்பதைக் கேட்டதுண்டு.

“பாஸ் பகல் கனவு காணாத..” என்றான் ஆனந்த். சிறிது நேரத்திலேயே கண்கள் திறந்தபடியே பிளாஷ் பேக்கிற்கு போய்விட்டு வந்தேன்.

“என்ன இருக்கப் போகுது தோழா? இவங்க நாடகத்துல, கோட்டு சூட்டு மாட்டிகிட்டு, பணம் இருக்குறதால பந்தா காட்டுவாங்க. அவ்வளவுதான். நான் கூட என் பள்ளிக்கூட நாட்கள்ள ஒரு நாடகம் போட்டேன். ஆனா ஒரே சலிப்பு. முந்தாநேத்து ‘ஜிலிசி’ லா பாரு. நம்ப ஆளுங்க போட்ட

நாடகம் எல்லாம் ப்ரீ ரிகார்டெட். அதுல என்ன மஜா இருக்கும்? ஏதோ போட்டாங்க" என்றான் ஆனந்த்.

"அந்தளவ்வுக்கு போடுறதே இங்க பெரிய விஷயம். இங்க எல்லாரும் அவங்கவங்க வேலையில் ரொம்ப மும்முரமா இருப்பாங்க. இந்த வேகமான உலகத்துல ஏதேதோ நினைவு, ஆசை அதை எல்லாம் முழுசா குழி தோண்டிப் புதைக்க முடியாததனால்தான் இந்த நாடகம் இதெல்லாம். கனகச்சிதமா இல்லாம நம்மளப் போட்டு கொல்லுவானுங்க" என்றேன்.

மன்ஹாட்டன், நாற்பத்தி ரெண்டாவது தெரு, ஸ்டேஷனிலிருந்து வெளியேறினோம். நேரம் மதியம் இரண்டு மணி இருக்கும். ஆனாலும் பனிக்காற்று மனதில் பீதியை உண்டாக்கியது. அந்த வேளையிலும் பிராட்வே தெருவின் மக்கள் சிலர் அங்கும் இங்கும் அலைந்தபடியே திரிகிறார்கள். மூக்கிலிருந்து பனிக்காற்றை வெளியேற்றியபடி மெயின் கேட்டின் வாயிலாக உள்ளே நுழைந்தோம்.

'ரிச்சர்ட்ஸ் ரோட்கர்ஸ்' தியேட்டருக்கு சென்றால் அற்புத உலகில் ஒரு அரண்மனையில் நுழைவது போல் இருக்கும். இந்த அரண்மனையில பெரிய பெரிய திரைகள் தொங்கிக்கொண்டு இருக்கின்றன. அரியணை போன்ற நாற்காலிகள் இருந்தன. அதில் பலரும் வயதானவர்களும், பணக்காரர்களும், நடுவயது பணக்காரர்களுமாக இருந்தனர். எதற்கோ சட்டென டால்ஸ்டாயின் "அன்னா கரீனினா" நாவல் நினைவுக்கு வந்தது. இந்த நாவலின் தொடக்கக் காட்சி கூட நாடக அரங்கில்தான் துவங்குகிறது. சட்டென ஒரு முறை பத்தொன்பதாம் நூற்றாண்டிற்குச் சென்று வந்தது போல் உணர்ந்தேன். இதற்குள் பிரமாண்டமான இசையுடன் நாடகம் தொடங்கியது. மினுமினுக்கும் நட்சத்திரங்கள் கொட்ட நடனமாடிக்கொண்டு, பத்து ஆண் பெண் ஜோடிகள் அரங்கத்தில் நுழைந்தனர்.

நாடகத்தின் பெயர் "மூவ் இன் அவுட்."

நியூயார்க் அருகிலுள்ள லாங் ஐலாண்டில் அறுபதுகளைச் சார்ந்த ஐந்து இளம் ஜோடிகளின் சாகசக் கதை. சந்தோஷமாக சுற்றித் திரியும் நண்பர்களின் வாழ்க்கையில் எப்படி வியத்னாம் போர் சலசலப்பை உண்டாக்கியது என்பதுதான் கதை. போரில் ஒரு நண்பனை இழந்த அவர்கள், காயங்களுடன் மீண்டும் எப்படி தாய் நாட்டுக்குத் திரும்பினார்கள். இவர்களது

வாழ்க்கை, காதல் அனைத்தும் எப்படிச் சிதைகின்றன. குடிக்கும், க்ளப்புகளுக்கும், போதைக்கும் அடிமையாகி வாழ்க்கை எவ்விதமாகப் பாதாளத்துக்குச் சரிகிறது. இந்தக் கொடூர சூழலிருந்து வெளியேறி வாழ்க்கையை எப்படி மேம்படுத்திக் கொண்டார்கள் இந்த நாடகத்தின் இறுதி முடிவு. இந்த இசை நாடகத்தில் தாளலயத்துடன் இணைந்த நடனம் அசத்தலாக இருந்தது. சுமார் நூற்றி இருபது பேர் கொண்ட இசைக்குழுவின் பியானோக்கள், வயலின்களுடன் மற்றொரு அரங்கில் அவர்களது இசைத் திறமையை அசத்தலாக வெளிப்படுத்தினார்கள். அவர்கள் அமர்ந்திருக்கும் அரங்கம் நாடகத்துக்கு இடையூறாக இருந்தால் அந்த அரங்கத்தையே கயிறுகளால் மேலே இழுப்பார்கள்.

வியத்னாம் போர்க் காட்சி பிரமாதம். ஒரு போர் பீரங்கி அரங்கிற்கு வந்தது. காட்டின் காட்சி, விழுந்த மரங்கள், இரு அணிகளின் துப்பாக்கி தாக்குதல்கள், கொட்டிக்கிடக்கும் பிணங்கள் என மிகவும் பரிதாபமாகக் காட்சியை நெஞ்சை உருக்கும் வகையில் வடிவமைத்திருந்தார்கள். மற்றொரு புறம் அமெரிக்காவின் மோசமான நிலைமை. போதைப் பொருட்களுக்கு பழகிப்போன இளம் வயதினர்கள், நைட் க்ளப்புகளில் ஆட்டமிடும் மக்கள். இவைகளில் ஒரு காதல் சோக கீதத்தைப் பாடியவிதம், அந்தக் காட்சியை வடிவமைத்த விதம் அவை அனைத்தும் அருமை. இந்த நாடகத்தை கண்களிலும், மனத்திலும் நிரப்பிக் கொண்டு இதமாக நாடக அரங்கை விட்டு வெளியேறினோம். பக்கத்தில் இருந்த மெக் டோனல்ட்கு சென்று காபியை அருந்தியபடி யோசனையில் ஆழ்ந்தேன்.

“அந்தப் பக்கம் பார்” என்றான் ஆனந்த்.

பார்த்தால் ஒரு இட்டாலியன்.. மெலிதாக, பூனைக் கண்கள், கருப்புக் கூந்தல்.. எங்கேயோ பார்த்தது போல் தோன்றுகையில்.. "ஹே அவனே தான், கொஞ்ச நேரத்துக்கு முன்னாடி பார்த்த நாடகத்தில் நல்ல டான்ஸ் பண்ணின சைடு ஹீரோ” என்றான்.

சரி “அவன் கூடக் கொஞ்சம் பேசுவோமா?" என்றேன். “ஒய் நாட்..” என்றான் ஆனந்த்.

நாங்கள் அவனைச் சந்தித்தோம். அவனது பெயர் ஜான்.

“ஸ்பெயினிலிருந்து இங்கு வந்து பத்து வருஷம் ஆகுது. சின்ன வயசுலிருந்து நாடகம்ன்னா பைத்தியம். அப்பா, அம்மா கூட 'மான்றிட்' ல் நாடகங்கள்ள நடனமாடுவாங்க. பிராட்வேயில நடனமாடுவது என்பது அவர்களது நீண்டநாள் கனவு. அவர்களுக்கு பெயர் வாங்கி கொடுத்த நாடகங்கள் பியூட்டி அண்ட் பீச்ட், தி பான்தோம் ஒபேரக்கள். ஒரு நாடகம் கிட்டதட்ட ரெண்டாயிரத்து முன்னூறு காட்சிகள் வரைக்கும் போட்டோம். அதைத் திரும்பத் திரும்ப போட்டு ஒடம்பு அலுத்துப் போச்சி. இப்போ இந்த நாடகமும் நல்ல பெயரை வாங்கித் தந்திருக்குது." என்று ஜான் அவனைப் பற்றி மிக உற்சாகமாக எங்களிடம் சொன்னான்.

தனது வெற்றிக் கதையைச் சொல்லுகையில் அவனது கண் மினுமினுத்தது.

“எங்களுக்கு இதுல நல்ல வருமானம் இருக்கு. ஆனா என்ன இருந்தாலும் உங்க சாப்ட்வேர் துறை அளவுக்குக் கிடையாது நெனச்சிக்கோங்க. வாழுறதுக்கு அது போதும்” என ஜான் சொன்னான்.

“உங்க ஸ்பெய்ன் நாடகத்துல பாட்டு எல்லாம் இருக்குமா?" என்று நான் அவனைக் கேட்டேன்.

“ஏன் இருக்காது? பிரிட்டிஷ் நாடகமுன்னாலே பெரிய பெரிய பாட்டு அதுல இருக்கும். ஆனா, நாளடைவில அதெல்லாம் கொரஞ்சுடிச்சி. மன்னராட்சியில அதுபோல இருந்தது. ஆனா ஷேக்ஸ்பியர்க்கு பிறகு நாடகங்களோட உருவமே முழுசா மாறிடுச்சு. இப்போ நடன நாடகம் வந்ததால்தான் அது இன்னும் உயிரோட இருக்கு. இல்லையென்ன சினிமாவோட தாக்குதலுக்கு அதெல்லாம் எப்பவோ காணாமப் போயிருக்கும். இந்தியாவுல மூணாயிரம் வருஷத்துக்கு முன்னாடியே நாடகம் இருந்துச்சுன்னு கேள்விப்பட்டேன். இந்தியாவை பாக்கணுமுன்னு ரொம்ப ஆசையா இருக்கு. கிரேட்டஸ்ட் ட்ரடிஷனல் கண்ட்ரீ. காலம் மட்டும் எனக்கு அவகாசம் தந்தால் கட்டாயமா இந்தியாவுக்கு வரேன்" என்று ஜான் சொன்னான்.

“இன்னைக்கி இருக்கிற நிலமையில நாடகமெல்லாம் எங்க?, சினிமாவோட தாக்குதலுக்கு நாடகமெல்லாம் என்னைக்கோ மறஞ்சிடிச்சி. கால ஓட்டத்துல கரைஞ்சு போனத பத்தி எதுக்கு வருத்தபட்டுகிட்டு?” என்றான் ஆனந்த்.

“அத நான் என்னைக்குமே ஒத்துக்கமாட்டேன்” என்றான் ஜான்.

நாங்கள் அவனை வியப்பாகப் பார்த்தோம்.

“எவ்வளவு சம்பாதிச்சாலும், இருத்தலியம் சார்ந்து எவ்வளவு எழுச்சி நடந்தாலும் மனுசன் இதயம், கலைகள் மேல அவனக்கு இருக்கும் ஈர்ப்பு உன்னதமானது. மனசை திருப்தி படுத்துறது எல்லாம் அவ்வளவு லேசான விஷயம் கிடையாது. இதெல்லாம் கலை, கலாச்சார துறைகளினால் மட்டுமே இளைப்பாறுதல் பெறுமென்பது எனது நம்பிக்கை. எனக்கு ஒரு மிகப் பெரிய ஆசை. இன்னும் இதைவிட ஏதோ பெரிய வெற்றியை அடையணும் என்பதுதான் அது, எல்லாரும் மெச்சுமளவிற்கு காலந்தோறும் நிலைச்சு நிக்கிற பாத்திரங்கள ஏற்று நடிக்கணுமுனு கனவுகாணுறேன். ஒரு சராசரி மனுசன் வாழத் தேவைப் படுமளவுக்கு சம்பாதிச்சிருக்கேன். ஆனாலும் திருப்தி இல்லே. இன்னும் ஏதோ சாதிக்கணுமெனு தோணும், அது பணம் கிடையாதுனு மட்டும் உறுதியா சொல்ல முடியும்”என்றான் ஜான்.

நாங்க ஒருத்தர் முகத்தை ஒருத்தர் மாற்றி மாற்றி பார்த்துக்கொண்டோம்.

“எனக்கு இந்தியா வரணுமுன்னு இருக்கு. ஒரு ரெண்டு வருஷம் இங்க வேலை பார்த்த பிறகு இந்தியாவில கொறஞ்சது அஞ்சு வருஷம் வேலை செஞ்சி அந்தக் கலாச்சாரம், பாரம்பரியம், மேலும் நாடகங்கள், அத பற்றிப் பரிசோதனை செய்வேன்"என்றான் ஜான்.

“யு ஆர் மோஸ்ட் வெல்கம்.. உங்களுக்கு ஏதாவது தேவைப்பட்டா எங்களைக் கேளுங்க”என்றோம் நாங்கள் இருவரும்.

போன் நம்பர்கள், ஈமெயில் ஒருவருக்கொருவர் பரிமாறிக் கொண்டோம்.

“ஏய் ஆனந்த்.. நாம பணத்துக்காக, ஸ்டேடஸ்க்காக, பெட்டர் லைப்க்காக மட்டும்தான் இந்த நகரத்துக்கு வந்தோம். ஆன – அவன் என்னடான்னா திருப்திக்காக, கலைக்காக இன்னும் எதற்காகவோ நம்ப ஊரு வரேன்னு சொல்றான். இதென்னவோ கொஞ்சம் எசக்கு பிசக்கா இருக்குற மாதிரி இருக்கு." என்றேன் நான்.

“ஒண்ணுமில்ல.. நவீனம் வியப்பாகவும், பழமை கசப்பாகவும் இருக்கும்"ன்னு சொல்லி முடித்தான் ஆனந்த்.

ஆமாம், படிநிலை மாற்றங்களுக்காகத்தான் இந்த வாஞ்சை எல்லாமென்று தோணுது. இதுவும் நாடகத்தின் பெயர் போலவே "மூவ் இன் அவுட்”.

வேணுவிடமிருந்து போன் வந்தது. "நாடகம் எப்படி இருக்குடா?" மைன்ட் ப்ளோவிங். உனக்கொரு கூடுதல் தகவல். அதுல நடிச்ச ஒரு நபரை வெளியே சந்திச்சி பேசுனோம். அந்தக் கலந்துரையாடலும் பட்டய கிளப்பியது. ராத்திரி எல்லாத்தையும் நிதானமா சொல்லுறேன்" எனப் பேசினேன்.

நாற்பத்தி ரெண்டாவது தெரு, டைம் ஸ்க்கொயர்க்கு வந்தோம். இருட்டில் அந்த இடம் மின்சார விளக்குகள் ஒளியில் ஜொலி ஜொலிக்குது. கூட்டம் திரண்டது. குளிர் அதிகமானது. ஓட்டம் போன்ற நடையுடன் விறுவிறுவென சுரங்கப் பாதை ரயில் நிலையத்தில் இறங்கினோம். இந்த முறை கூட்டம் நிரம்பி வழிந்தது.

ரயிலில் நெருசலில் அனைவரும் தொங்கிக்கொண்டு, தள்ளாடியபடி, பயணம் செய்கின்றனர். ரயில் கொஞ்சம் பொறுமையாகவும், கொஞ்சம் வேகமாகவும், ஓயாமல் போய்க் கொண்டே இருந்தது.

இந்தத் தங்க நகரத்தில் மேம்போக்கான பளபளப்புகள் தானே தவிர, அதில் எந்தவித திருப்தியும் கிடையாது. சேருமிடத்திலும் சூனியம்தான் மிஞ்சுமென்று தெரிந்ததும் மனதில் ஏதோ வெறுமை சூழ்ந்து கொண்டது.

மகத்தான நாடகம் பார்த்தோமென்ற சந்தோஷமும் ஒரு நொடியில் கரைந்துபோனது.

ஜான் எனது இதயத்தை மெதுவாகக் கொள்ளையடிக்கத் தொடங்கினான். இந்த நகரம் சந்தோஷங்களையும், துயரங்களையும், குதியாட்டங்களையும், துக்கங்களையும், விரக்திகளையும் தன்னில் அடக்கிக்கொண்டு பல வெளிச்சங்களுடன் விந்தையாக ஜொலிக்கின்றது.

‘நியூயார்க் நெவர் ஸ்லீப்ஸ்...’

***

சுலைமான் கார்

கேட்டைத் திறந்து அந்த ஓட்டு வீட்டின் திண்ணைக்குச் சென்றான் சுலைமான்.

பெத்திராஜூ ஐயா சாய்வு நாற்காலியில் அமர்ந்து கொண்டு நாளிதழை படித்துக் கொண்டிருக்கிறார். சத்தம் கேட்டு,

“வா சுலேமான்! உள்ள வா! உனக்காகத்தான் காத்துக்கிட்டிருக்கேன். எல்லாத்தையும் பாத்துட்டு வந்தியா?” எனக் கேட்டார்.

“சதுப்பு நிலத்திலிருக்குற ரெண்டு மோட்டாருல, ஒண்ணு பேரிங் அடிபட்டு போயிடுச்சுங்க, ரெண்டாவது மோட்டார் பொசுங்கிடுச்சிங்க. வயல்ல இருக்குற மோட்டாருல வாசர் அட்டையை மாத்துனா சரியாயிடுங்க”என்றான் சுலேமான் தாழ்மையாக.

“சரி, சீக்கிரமா வேலயத் தொடங்கு. இந்த ரெண்டாயிரத்தை வச்சிக்க; கணக்கு அப்புறமா சொல்லு” என புல்லட்டை ஸ்டார்ட் செய்து பெத்திராஜூ கிளம்பிப் போனார்.

சுலைமானுக்கு அறுபது வயசு தாண்டி இருக்கும். ஒல்லியா, வெள்ளையா இருப்பான். முடி எப்போதோ வெளுத்து விட்டது. கைகால்களில் நரம்புகள் வெளியில தெரியும். எப்பொழுதும் காக்கி ட்ரவுசர், வெளிர் கோதுமை வண்ணத்தில் தடிமனான வெள்ளை சட்டை அணிவான். அது எப்போதுமே ஆயில் கறைகளோடு அழுக்கு படிந்திருக்கும்.

அவனுக்கு பத்து வயதில்தான் இந்த ஊருக்கு வந்தான் சுலைமான். முதலில் சைக்கிள் ஷாப்பிலும், பிறகு மோட்டார்

சைக்கிள் ஷாப்பிலும் வேலை பார்த்தான். மெதுவாகத் தண்ணி இறைக்கிற மோட்டார்களை ரிப்பேர் செய்வதில் திறனை வளர்த்துக் கொண்டான்.

எப்போதாவது அருகிலிருக்கும் க்ரோவ்விடி கிராமத்தின் மசூதிக்குச் செல்வான். அங்கிருக்கும் பழக்கத்தினால் அந்த ஊர்க்காரங்க 'சபீரா' எனும் பெண்ணை நிக்காஹ் செய்துவைத்தார்கள். இப்படியாக இந்த ஊரில் முதல் இஸ்லாமிய குடும்பம் உருவானது.

ஊராட்சிக்கு சேர்ந்த அசல் போக மீதமிருக்கும் நிலத்தை ஊராட்சி தலைவரிடம் கெஞ்சி பெற்றான். அது ஊரின் ஆரம்பத்தில இருக்கு. அங்கே குடிசை போட்டுக் கொண்டான். எப்போதுமே வேலையில் கண்ணும் கருத்துமாக இருப்பான். சைக்கிளில் அடிக்கடி கணப்பவரம் போயிட்டு வர மிகவும் சிரமமாக இருந்தது. அதனால் ஒரு பழைய பைக்கினை வாங்கினான். வேலை நாட்களில் அதனில்தான் இயந்திரங்களின் உதிரிப் பாகங்களுக்காக கணப்பவரம், பழங்குடி கிராமம் வரை சென்று வருவான். சில நாட்களிலேயே மோட்டார் ரீவைண்டிங்கும் கத்துகிட்டான். பொழுது சாய்கிற வரைக்கும் கடையில் வேலைதான்.

ஊரில் மீன் வளர்ப்புக்காக குளங்களை வெட்டினார்கள். அதில் தண்ணீரை வாரி எடுக்க இயந்திர மோட்டார்கள் தேவைப்பட்டன. பெரிய விவசாயிகளுக்கு புதிய மோட்டாருகளையும், சின்ன விவசாயிகளுக்கு பழைய மோட்டாருகளையும் வாங்கிக் கொடுப்பதற்கு உதவி செய்தான். அதனால் வருமானம் கொஞ்சம் கூடியது.

மகன் அஹமது ஏழாவது வகுப்பு வரை படித்தவுடன் தந்தைக்கு ஒத்தாசையாக ரிப்பேர் வேலைக்கு சேர்ந்து கொண்டான். ஒரு ரெண்டு வருஷத்திலேயே அனைத்து வேலைகளையும் கற்றுக்கொண்டான். இப்போது ஊருக்குள் இறால் வளர்ப்புத் தொடங்கியது. ஒவ்வொரு பண்ணையிலும் நீருக்குள் காற்றுப் புகுத்தும் இயந்திரங்கள் வந்தன. மின் வேலைக்கும், இயந்திரத்தின் ரிப்பேர்களுக்கும் கிராக்கி கூடியது. அதனால் தந்தைக்கும், மகனுக்கும் வருமானம் கூடிப் போனது. எப்படியோ, சீட்டு கட்டி எடுத்த பணத்துடனும், அரசு மானியத்துடனும் மெத்தை வீடு கட்டினான். அனைவரும் சந்தோஷப்பட்டார்கள்.

அஹமது வேலையிடையில் கிடைத்த இடைவேளையில் ஊரில் புதிதாய் ஆரம்பித்த மாணவர் சங்கக் கூட்டங்களுக்கும் போவான். சாலைகளில் குழிகள் விழுந்து ஊருக்கு பஸ் வருவது நின்று போனால், சங்கத்தின் பசங்கதான் குழிகளை மேவி பஸ்ஸை வர வைத்தார்கள். அதனால் இந்தச் சங்கத்துக்கு நல்ல பெயர் கிடைத்தது. இடையிடையில் கணப்பவரத்தில் இருக்கின்ற கட்சி அலுவலகத்துக்கும் போவான்.

அவர்கள் ஒரு முறை உழைப்பாளர் தினம், அணிவகுப்பு ஊர்வலம் நடத்தினார்கள். இந்த ஊர்வலக் காட்சியின் முதல் வரிசையில், சுத்தியல், கோடரியைப் பிடித்துக் கொண்டு ஒரு ஊழியரும் கூடவே ஒரு பெண் விவசாயியும் நடந்தால் நன்றாக இருக்குமென்று நினைத்தார்கள். பெண் வேஷத்தை அஹமதை போடச் சொன்னார்கள். அஹமது செக்கச் செவென்னு, வட்டமான முகத்துடன் அழகாகத்தான் இருப்பான். சிகப்பு சேலை, வெள்ளை ரவிக்கை அணிந்து, பொட்டு வைத்ததும் சினிமா ஹீரோயின் போல இருந்தான்.

அணிவகுப்பு காட்சி ஆரம்பமானது. அனைவரது பார்வையும் இவன் மீதுதான். 'ஊழியர் பிரதிநிதியாக' ரைஸ் மில்லில் வேலை செய்யும் டேவிட் வேஷமிட்டான். முதலில் சிவப்புக் கோலாட்ட குழு. கொஞ்சம் இடைவெளியில் இவங்க ரெண்டு பேரும், அதன் பின் 'உழைப்பாளர் தினம் வாழ்க' என பேனரோடு. உள்ளூர்த் தலைவர்கள், பிறகு ஒரு ஐம்பது சிவப்பு கொடிகளோடு தொண்டர்கள், பிறகு பெண்கள், மக்கள் என அணிவகுப்பு காட்சி நடைபெறுகையில் நடுவில் இடைவெளி கிடைத்தவுடன் இவர்கள் இருவரும் அந்த இடத்தை விட்டு ஓட்டமிட்டனர். அஹமத்தின் புடவை முந்தானை சரிந்தது. பதற்றத்தில் பார்த்துக் கொள்ளவில்லை. பார்க்கின்ற மக்கள் வாய் பிளந்து விந்தையாகப் பார்த்தனர். யாரோ வந்து நடுவில் சொல்ல, அதைச் சரிசெய்து கொண்டான். கூட்டம் முடிந்ததும் கட்சி அலுவலகத்தில் இந்த நிகழ்வைச் சொல்லி அனைவரும் விழுந்து விழுந்து சிரித்தனர்.

ஒரு நாள் காலையில் வேலைக்குப் போகும் நேரத்தில் அஹமத் தந்தையிடம் வந்து,

"வாப்பா! நம்ம ஒரு கார் வாங்கினா நல்லா இருக்குமில்ல" எனக் கேட்டான்.

சுலைமான் முதலில் அதிர்ச்சியடைந்தான்.

''பேட்டா! அதெல்லாம் தேவையா! நம்ம ஒண்ணும் பணக்காரங்க கிடையாது. இன்னும் சொல்லப்போனா செலவு ரொம்ப ஆகும். ஜாலியா ஊர் சுத்திட்டு வரதுக்கு நேரம் கூட கிடையாது'' என்றான்.

''அப்படிக் கிடையாது வாப்பா! நடு நடுவுல க்ரோவ்விடிக்கு அம்மா பிறந்த வீட்டுக்கு போகலாம். அங்கிருக்கும் மசூதிக்கு பிராத்தனைக்காக போகலாம். பீமவரத்துக்கு வேலை செய்யாத மோட்டார்களை ரிப்பேர் செய்வதற்கு கொண்டு போகலாம்'' என அதிலிருக்கும் லாபத்தை பற்றி எடுத்துச் சொன்னான்.

சுலைமானுக்கு அதெல்லாம் புரிந்ததினாலும், மகன் ஆசைப்பட்டதாலும் இதற்குச் சம்மதித்தான்.

வெள்ளை நிறத்தில் புதிய ஆல்டோ கார் கண்முன்னே தோன்றியது. காரை நிறுத்த மெத்தை வீட்டின் சுவரை ஒட்டி ஒரு கொட்டகை கூடப் போட்டான். காரின் பின்னாடி கண்ணாடியின் மீது ''அப்பு கி துவா'' என ஸ்டிக்கர் ஒட்டினான் அஹமத்.

முதலில் நாலைந்து முறை அம்மாவை அழைத்துக்கொண்டு 'க்ரோவ்விடி, உண்டி, பீமவரம்'என அனைத்தையும் சுற்றிப் பார்த்தான். இந்த ஆரவாரத்தைப் பார்த்து தாய் மாமன் நசீர் தன் மகள் சல்மானியை அஹமதுக்கு கொடுத்து நிக்காஹ் செய்ய வேண்டுமென சுலைமானிடம் கேட்டான்.

அஹமதுக்கு கூட அவளைப் பிடித்திருந்ததினால் நிக்காஹ் சில நாட்களிலேயே பெண் வீட்டில் நடந்தது. தன் ஊரிலும் மெத்தை வீட்டில் சாமியானா பந்தல் போட்டு தெரிந்தவர்கள் அனைவரையும் விருந்திற்கு அழைத்தான். மணமணக்குற இஸ்லாம் பிரியாணியை விருப்பமாகச் சாப்பிட்டு புதிய தம்பதிகளை ஆசீர்வாதம் செய்து போனார்கள் ஊர் மக்கள்.

காலம் எப்போதும் ஒரே மாதிரி இருப்பதில்லை. மக்களோட பார்வை இப்போ சுலைமானின் கார் மேலும், வீட்டுமேலும் தான் இருந்தது.

''நம்ம கண்ணு முன்னாடியே சுத்திகிட்டு இருந்த இந்த 'ஒல்லி பாய்' இவ்ளோ சம்பாதிச்சுட்டா''ன்னு நினைச்சு, அவங்க எல்லாரும் பொறாமைப் பட ஆரம்பித்தார்கள்.

மோட்டார் ரிப்பேர் ஷாப்புகளும் நிறைய வந்தன. சுலைமான் போலி பொருட்கள் பயன்படுத்துகிறார் என்று தவறாகப் பிரச்சாரம் செய்தார்கள். 'இருக்கிறது ஒரு இஸ்லாமிய குடும்பம்' அதுக்கும் இந்தப் பெருமை பீத்தலான்னு குத்திக் காட்டினார்கள். இந்த வார்த்தைகள் சுலைமான் காதுக்கும் சென்று கொண்டுதான் இருந்தது.. வருமானம் கூட கொஞ்சம் குறைந்தது. காருக்கு கண் திருஷ்ட்டி ஆகிவிட்டதென்று கார் உறையைப் போட்டு மறைத்தான்.

இவை அனைத்தையும் கவனித்த அஹமது ஒரு நாள் தந்தையிடம் வந்து "வாப்பா! நான் பீமவரம் போறேன். என் நண்பன் ஒரு கண் ஆஸ்பத்திரி பக்கத்துல வைக்கிற கண் கண்ணாடி கடையை பாத்துக்குறதுக்கு என்ன வரச்சொல்லி இருக்கான்" என்றான்.

சுலைமானால் 'வேண்டாம்' என்று சொல்ல முடியவில்லை. அஹமத் காரை பீமவரத்துக்கு எடுத்துக்கொண்டு போய் விட்டான். ஆனால் பெரிதாகப் பயன்படுத்த முடியவில்லை. அதே சமயம் விற்பதற்கும் விருப்பமில்லை. அதன் மீது உறையைப் போட்டு மூடி, வாடகை வீட்டிலேயே வைத்தான்.

இதற்குள் சில நிகழ்வுகள் நடந்தன. முதல் 'கோவிட் வேவ்' நாட்டைத் தாக்கியது. டெல்லியில் இருக்கும் ஒரு மசூதியில் நடந்த பிரார்த்தனைகளில் சில நாடுகளில் இருந்து வந்த இஸ்லாமியத் தலைவர்கள் மூலமாக கோவிட் அனைவரையும் தொற்றுமென வதந்தி பரவியது. அந்தச் சபைகளுக்குச் சென்ற மாவட்ட வாசிகளைக் கூட தேடிக் கண்டுபிடித்து தனிமையில் வைத்தார்கள். 'உண்டி'யின் சாலையில் இருக்கிற மசூதியில் கோவிட் வந்ததுன்னு, அந்தச் சாலையை தடை செய்தார்கள். அதனால் பீமவரம் போக வேண்டியவர்கள் சுற்றி வந்து போக வேண்டிய சூழல். அவர்கள் இஸ்லாமியர்களை ஏசினார்கள். கறிக்கடை நடத்துகிற இஸ்லாமியர்களுக்கு கோவிட் வந்துவிட்டது என்று அவர்கள் கடை பக்கமே அனைவரும் போவதை நிறுத்தி விட்டார்கள்.

இவை அனைத்தையும் பார்த்த அஹமதுக்கு 'முஸ்லிம்கள் மதவெறிக்கு ஆளாகுறாங்க'ன்னு தோன்றியது. நண்பர்கள் கூட சந்தேகமாகப் பார்க்கின்ற மாதிரி இருந்தது. முஸ்லிம் குடும்பங்களில் பயம் வளர்ந்துவிட்டது.

இதற்கிடையில் ஊருக்குள் இன்னொரு நிகழ்வு நடைபெற்றது. அண்மையில் ஊராட்சி தேர்தலில் ஜெயித்த ஊராட்சித்தலைவர் மகள் வயசுக்கு வந்ததால் அனைவருக்கும் விருந்து வைத்தார். வேறென்ன? கோவிட் பரவ ஆரம்பித்தது. அவர்கள் தவறுகள் செய்தாலுமே, வதந்திகளை எங்க தலைகளில் திணிக்கிறார்கள் என்று இஸ்லாமியர்கள் நினைத்தார்கள். அஹமதுவுக்கு கண்ணாடி ஷாப்பில் நல்ல வருமானம் வந்தாலுமே, மனதில் 'ஏதோ துயரம்' அவனை வாட்டி எடுத்தது. ஒரு நாள் ஊருக்கு வந்தபோது அப்பாவிடம்

"வாப்பா! நாம ஹைதராபாத் கிளம்பிடலாம், இங்க இந்த சந்தேகப் பார்வைகளைத் தாங்க முடியாது" என்றான். சுலைமான் முதலில் முடியாதுன்னாலும் கடையில் ஒத்துக்கிட்டான். ஊரில் வீட்டை நல்ல விலைக்கு விற்றுவிட்டு, குடும்பத்தோடு ஹைதராபாத் கிளம்பிவிட்டார்கள்.

மெஹதிபட்டினம் அருகே ஒரு குடியிருப்பில் வாடகை வீட்டுக்குக் குடி போனார்கள். நல்ல வேளையாக நடைபாதைக்கு அருகில் இடம் கிடைத்தது. சுலைமான் மீண்டும் காருக்கு உறையைப் போட்டு மூடினான். அங்குதான் குட்டி ஜூனைத் பிறந்தான். வீடு முழுக்க சந்தோஷத்தில் மூழ்கியது. இங்கு அனைவரும் வழக்கமாகப் பிரார்த்தனைகளுக்கு போவார்கள். அக்கம் பக்கம் பெண்கள் அனைவரும் பர்தாவை அணிகையில் இவர்களது வீட்டுப் பெண்களும் அணிய வேண்டியிருந்தது. சுலைமானுக்கு ஏனோ இந்த விவகாரம் சுத்தமாகப் பிடிக்கவில்லை.

ஒருமுறை மத பெரியவர் சுலைமானிடம் "கோஸ்தாவிலிருந்து வந்திருக்கும் முஸ்லிம்கள் கொஞ்சம் அதிகப்படியான சுதந்திரத்தை அனுபவிக்கிறார்கள். ஆனால் நாம் ஒண்ணா சேர்ந்திருக்கணும். மதப் பழக்க வழக்கங்கள கண்டிப்பா கடைப்பிடிக்கணும். இல்லனா அல்லாஹ் நம்மள கண்டிப்பா மன்னிக்க மாட்டார்" என்றான்.

சில நாட்களுக்குப்பின் அஹமது அப்பாவிடம்,

"வாப்பா! நான் பஹ்ரைன் கிளம்புறேன். ஒரு நண்பன் உதவி செய்கிறேன்னு சொன்னான். டிரைவர் வேலை இருக்காம். எனக்கு ரிப்பேரிங் கூட தெரியுங்கிறதால் நிச்சயம்

நல்ல வருமானம் கிடைக்கும். இந்த முயற்சியை செய்ய விடுங்க வாப்பா" என்று கெஞ்சினான்.

"அப்பபடின்னா சல்மா, ஜுனைத்? அவங்க சங்கதி என்ன?" என அப்பா கேட்டார்.

"வாப்பா! ஒரு ரெண்டு வருஷம் பொறுத்துக்கோங்க; விரலை சொடக்கிறதுக்குள்ள வந்துடுவேன்" என்றான் அஹமது.

ஒரு ரெண்டு மாசத்திலேயே அஹமது பஹ்ரைன் போக வேண்டிய நாள் வந்தது. நொறுங்கிப்போன பெற்றோர்களையும், மனைவியையும், குட்டி ஜுனைதையும் விட்டுச்செல்ல மனமின்றி கிளம்பினான். அனைவரின் கண்களிலும் கண்ணீர் கசிந்தது.

கிளம்பின ஒரு மாசத்துக்குப் பிறகு போன் செய்தான்.

"ஒரு நல்ல சேட்டு கிட்ட வேலைக்குச் சேர்ந்திருக்கிறேன். நல்ல சம்பளம் வருது. அட்வான்ஸ் கொடுத்தாங்க, அதை உங்களுக்கு அனுப்புறே. அப்பாவை எந்த வேலைக்கும் போக வேணாமுன்னும், அம்மாவோட உடல்நலத்தை பார்த்துக்க சொல்லியும் பேசினான். அவனின் குழந்தை ஜுனைத் கொஞ்சிப் பேசும் வார்த்தைகளை கேட்டு பெருமிதம் அடைந்தான். மனைவியைப் பக்கத்து அறைக்குள் வரச் சொல்லி போனில் முத்தங்கள் கொடுத்தான். நடு நடுவில் போன் செய்தான். இந்தியாவில் நடைபெறும் நிகழ்வுகளைப் பற்றிக் கேட்டு தெரிந்து கொண்டான்.

சுலைமான் உரக்கச் சொன்னான். "மத்த விஷயங்கள கண்டுக்காத, போன வேலை நல்லபடியா முடிச்சிட்டு சீக்கிரம் கிளம்பி வா. உனக்காக நாங்கள் அனைவரும் எதிர்பார்த்திருக்கிறோம்."

சில நாட்களுக்கு பிறகு பெஹரன் லிருந்து விடுமுறை நாட்களை குடும்பத்துடன் கழிக்க தனது ஊருக்கு வந்தான். அந்தப் பத்து நாளும் குடும்பத்தோடு பண்டிகையைப்போல கொண்டாடினான். பிரியாணிகள், மிட்டாய்கள், உறவினர்கள், சினிமாக்கள், சுற்றுலாக்களென..

அன்றைய இரவு சுலைமானுக்கு ஐஸ்கிரீம் வாங்க அஹமது நீண்ட நேரம் ஹைதராபாத் சாலைகளின் நடுவே திரிந்தான்.

அதன் பிறகு டாங் பாண்ட்க்கு சென்று ஐஸ்கிரீமை வாங்கினான். இருவரும் காலியாக இருக்கிற மேஜையில் அமர்ந்தபடி நீருற்றின் நடுவிலிருந்த புத்தனின் சிலையையே பார்த்து கொண்டிருந்தார்கள். சுலைமானுக்கு மகன் ஏதோ சொல்ல முற்படுகிறானெனப் புரிந்தது.

"நான் திரும்பிப் போக மாட்டேன் வாப்பா" என்றான் அஹமது.

சுலைமான் அமைதியாகப் பார்த்தான்.

"அங்க என்னோட சாப்பாட்டுக்கும், வருமானத்துக்கும் எந்தப் பிரச்சனையும் கிடையாது வாப்பா! சுத்தி நம்ப மதத்தோட ஆளுங்கதான். ஆனா அது என் நாடா, அங்கே இருக்கிறது என் ஆட்களா? ஒரு நாள் வேலை முடித்துவிட்டு சாலையில் திரிகையில் அந்த முகம் தெரியாத ஆயிரம் நபர்களுக்கு மத்தியில் என்னுடைய அடையாளம் என்னவென்ற கேள்வி அவனில் எழுந்தது. பீமவரத்திலிருந்து ஹைதராபாத் வரை வந்ததே முதல்ல தப்பு. ஹைதராபாத்திலிருந்து பெஹரன் போனது அதைவிடப் பெரிய தப்பு. யார் யாரோ எதெதுலயோ நல்லா முன்னேறி இருக்காங்க. அது நமக்கே நல்லா தெரியும். ஏதோ நம்ப நேரம் சரில்லேன்னு தோணுது. ஆனா அதே சமயம் நமக்காக நிக்கறதுக்கும் ஆளுங்க இருக்காங்க. அவங்களோட சேர்ந்து உங்களுக்காக நானும் நிக்கணும் இல்லையா. அதனால்தான் இங்கயே இருக்கணும்னு நினைக்கிறேன்"என்றான்.

சுலைமான் கண்ணில் கண்ணீர் கசிந்தது.

"வாப்பா! உன் கண் முன்னாடியே மீன் பண்ணை, இறால் பண்ணை வந்தது. இதுல ஒண்ணாவது இஸ்லாமியர்களுக்காக இருக்கா? இறால் குஞ்சுகளை கொண்டு வந்து கரையில சொகுசா உட்காந்துகிட்டு எந்தச் சிரமமும், உழைப்பும் இல்லாமல் சம்பாதிச்சது நாமளா? அவங்களா? அவங்க பல லட்சம் சம்பாதிக்க நாம உழைச்சி உதவி செஞ்சோமே தவிர, அவங்க கிட்ட எதை எதிர் பார்த்தோம். ஆனாலும் நம்ம கிட்ட எதுவும் இல்லன்னு தெரிஞ்சும் கூட எதுக்கு நம்மை தொந்தரவு செய்றாங்கன்னு தெரியலே. இவங்க மோட்டார்கள், கார்கள் ஓடுறதுக்கு, 'போல்ட்' மாதிரி இருக்கிற நாம, என்ன தீங்கு செஞ்சமுன்னு அவனுங்க என்னிக்காவது நெஞ்சில கையை வெச்சி யோசிச்சிருக்காங்களா?''

குமார் கூனபராஜு தமிழில்: ஸ்ரீனிவாஸ் தெப்பல ◆ 57

"பெஹரைன் போனதும் ஊரில் இருக்கையில் மானிபெஸ்ட் கொடுத்து மக்கள் எழுச்சிக்காக வேலை செய்த நாட்கள் நினைவுக்கு வந்தது. ஒரு நாளில் எழுச்சியூட்ட முடியாது. எப்பவுமே மக்கள் மத்தியில வேலை செஞ் சிகிட்டே இருக்கணுமுன்னும் தோணிச்சி. அதனால்தான் இங்கயே தங்கி மத நல்லிணக்கத்துக்காக வேலை செய்கின்ற சங்கங்களிலிருந்து கொண்டே உங்களையும் பாத்துக்கணும்னு" இருக்கேன்."

சுலைமான் எழுந்து மகனை மனதார அரவணைத்துக் கொண்டான்.

அஹமது சில நாட்கள் கழித்து தன் காரை ஊபரில் ரிஜிஸ்டர் செய்துகொண்டான். முன் கண்ணாடியின் இடது பக்கம் மூன்று வண்ணங்களில் 'மை கண்ட்ரி மை இந்தியா' என்ற ஸ்டிக்கரை ஒட்டினான். பின்புறம் 'அப்புக்கி துவா' என புது ஸ்டிக்கரை ஒட்டினான்.

தாய் போன்ற நாட்டில், தகப்பனின் ஆசியோடு ஹைதராபாத் வீதிகளில் சுலைமானின் கார் சுற்றிவந்தது.

***

ஊதா வண்ண துலிப் பூக்கள்

ஊதா வண்ணமுன்னா எப்படி சொல்றது? ஊதாவில் கொஞ்சம் வெள்ளை நிறம் கலந்தது போல் இருக்கும்.

இன்னும் சொல்லப்போனா கங்குன் பூ வண்ணத்தில் இருக்கும். கத்திரிக்காய் வண்ணத்தில் இன்னும் கொஞ்சம் அடர் வண்ணத்தை சேர்த்தால் நாவல் பழம் வண்ணம் வரும். கங்குன் பூக்களும், நாவல் பழமும்.. எங்க ஊரு முழுக்க அதேதான்.

எங்களது ஊர் கொல்லேரு ஏரிப் பகுதியைச் சார்ந்த கிராமம். முன்னொரு காலம் மழைக் காலத்தில் கொல்லேரு ஏரி பொங்கி வந்தால் ஊரின் எல்லையில் இருக்கும் நிலங்கள் மூழ்கிப்போகும். அங்கே கோடைக்கு முன்பு ஒரு முறை நெற்பயிரை நடுவார்கள். மார்ச்சில் நெல் விவசாயம் முடிந்த வுடன் ஏப்ரல், மே மாசத்தில் கோடை காலம் முழுக்க அனைத்து நிலங்களும் வெறுமையாக இருக்கும். அங்கே அனைவரும் சேர்ந்து கிரிக்கெட் ஆடுவோம். விளையாடப் போகையில் வற்றிப்போன கண்மாயின் ஓரத்தில் சேற்றுப் பகுதியில் ஈரமாக இருக்கும் இடத்தில் இந்த ‘கங்குன் கொடி’ அதிகமாய் வளரும். அந்தப் பருவகாலத்தில் கண்மாய் முழுக்க அந்தப் பூக்கள் நிரம்பிக் கிடைக்கும். ஊரில் கோவில் குளம் அருகில், சமவெளியில் ஆங்காங்கே பெரிய நாவல் மரங்கள் இருக்கும். கோடை விடுமுறையில் எங்களது அத்தனை ஆட்டங்களும் அவற்றின் நிழலில்தான் இடம்பெறும்.

ஆனால் அதற்கும் இந்த துலிப் பூக்களுக்கும் கொஞ்சம் வித்தியாசம் இருக்கும். துலிப் பூக்களை பல சினிமாக்களில்

பார்த்திருக்கிறேன். பல வண்ணங்களில் பார்க்க அழகாய் இருக்கும்.

ஆனால் முதல் முறை அமெரிக்கா போகையில் கே.எல்.எம். விமானம் ஆம்ஸ்டர்டாமில் நின்றது. இணைப்பு விமானம் தாமதம் ஆனதினால் நகரத்தைப் பார்க்கும் வாய்ப்பு எனக்குக் கிடைத்தது. எங்கு பார்த்தாலும் துலிப் பூக்கள்தான். நகரத்தின் எல்லையில், கண்ணுக்கெட்டிய தூரம் வரை பரந்து கிடக்கும் பூந்தோட்டத்தில் துலிப் பூக்கள் துள்ளியாடும் கண்கொள்ளாக் காட்சியை பார்க்கையில் மேனியெங்கும் பரவசம் தொற்றிக் கொள்ளுவதைப் பார்த்தே ஆகவேண்டும்.

இங்கே நியூயார்க்கில் இந்தத் துலிப் பூக்கள் இன்னும் அழகாகவும், அதிசயமாகவும் இருக்கின்றன. இவைகளை சென்ட்ரல் பூங்காவனத்தில்கூடக் கண்டதில்லை. இவை நாவல் பழ நிறத்தில் ஜொலித்து கொண்டிருக்கும். பூக்களின் கதிர்கள் கங்குன் நிறத்தில் ஜொலித்தன. இவை மெலிதாகவும், அதிசயமாகவும், அழகாகவும் இருக்கின்றன. அந்தச் சாலையில் நடந்து“கிரௌண்ட் ஜீரோ ட்வின் டவர்ஸ் இடிந்து விழுந்த” இடத்தில் ரயிலிங் பக்கத்தில் வைத்த இந்த துலிப் பூங்கொத்து எங்களைக் கவர்ந்தது. அருகில் சென்று பார்த்தேன். அங்கே மெழுகுவர்த்தி எரிந்தது.

கொஞ்சம் முன்னால் சென்று பார்க்கையில் அவை யாருக்கோ அஞ்சலிக்காக வைக்கப்பட்ட பூக்கள் என்பது தெளிவாகத் தெரிந்தது. அதன் அருகே ஒரு பெண் தலைகுனிந்து அமர்ந்திருக்கிறாள். உடன் வந்த ரகுவீரை கையைப்பிடித்து பின்னால் இழுத்தேன்.. இருவரும் நாலடி பின்னால் வருகையில் “ஒன்பது பதினொன்றில் இறந்தவர்களில் ஒருவரின் உறவினராக இருக்கலாமென்றுத் தோன்றியது”என்றேன்.

ரகுவீருக்கு கொஞ்சம் வியப்பாக இருந்தது. கண்களை விரித்து பார்த்தான்.

ரகுவீர் எனது பள்ளிக்கூட நண்பன். நீண்ட ஆண்டுகளுக்குப் பிறகு இன்றுதான் சந்தித்தோம். அவன் அமெரிக்கா வந்து இரண்டு ஆண்டுகள் ஆனாலுமே, நியூயார்க் வருவதற்கு இத்தனை நாட்கள் ஆனது. போனில் அடிக்கடி பேசிக்கொண்டே இருப்போம். குளிர் காலம் முடிந்து, வசந்தகால தொடக்கத்தில் நியூயார்க் பிரமாதமாக

இருக்குமென்று சொன்னேன். அதனால்தான் இப்போது வந்தான். ரகு கல்லூரியில் அரசின்மைவாத எண்ணங்கள் கொண்ட மாணவர் இயக்கத்தில் பணி புரிந்தான். எப்போதும் அமெரிக்காவை விமர்சனம் செய்வதே அவர்களின் வேலை. எங்கெங்கோ திரிந்து, இறுதியில் இப்படி இங்கே நிலைத்து நின்றான்.

"என்ன வோய்! பிளானை மாத்திட்ட!" எனக் கேட்டேன்.

"பின்ன, வேறு வழியில்லை.. எல்லாம் குடும்பத்துக்காக.." என்றான்.

"நினைச்சதவிட மோசமா இல்லே இங்கிருக்கும் மக்கள்" என்றான்.

"அதனால்தான் சொன்னேன் கேட்கறதுக்கும், பார்க்கறதுக்கும் நெறயவே வித்தியாசம் இருக்கும்னு" என்றேன் நான்.

"ஆனால் சில விஷயத்துல சமரசம் ஆக முடியாது. இந்த அரசாங்கம் சில தீய வேலைகளுக்கும் உட்படும். அதனால்தான் இந்த செப்டெம்பர் 11, தாக்குதல்கள்" என்றான் ரகு.

இன்னைக்கு நியூயார்க் வந்ததும் 'சென்ட்ரல் பூங்கா' போனோம்.

வசந்தம் வந்தது. எங்கு பார்த்தாலும் பூக்கள் பூத்துக் குலுங்கின. சுற்றியெங்கும் பூக்கள் கடல் போல் இருந்தது. மக்கள் இந்தக் காட்சியைக் காண கூட்டமாகத் திரண்டனர்.

"இத்தனை கட்டிடங்களுக்கும் மத்தியில் இந்தப் பூங்காவை எவ்வளவு நல்லா பராமரிக்கிறாங்க!" என்றான் ரகு.

அதன் பின் "டைம் ஸ்க்வைர்" மீண்டும் சுரங்கவழிப் பாதையில் பயணம்.. வால் ஸ்ட்ரீட். இப்போ இங்கே வோர்ல்டு ட்ரேட் சென்டர் பகுதி.

இன்றோடு 'ஒன்பது பதினொன்று' துயர நிகழ்வு நிகழ்ந்து ஆறு வருஷம் ஆகிறது.. மீண்டும் என்னைச் சோர்வு சூழ்ந்தது. ஏதோ பெரிய சமாதி கட்டுவதற்கு செய்கின்ற வேலைபோல் இருந்தது. இங்கிருக்கும் 'வேலைத்தளம்'. மீண்டும் புதிய கட்டிடங்களை கட்டுகின்றார்கள். "ட்வின் டவர்ஸ்' உடன் இருக்கும் அனுபவங்கள் நினைவுக்கு வந்தன.

குமார் கூனபராஜு   தமிழில்: ஸ்ரீனிவாஸ் தெப்பல   ● 61

அந்த நாட்களில் "'பாட்டரி பார்க்' ல் ஸ்டீமர் ஏறி லிபர்டி சிலையின் பக்கம் சென்று பின்னே திரும்பி பார்த்தால் தண்ணீரிலிருந்து முளைத்த நவீன சிலை போல் இருந்தது 'மன் ஹாட்டன் தீவு'. இவற்றின் மத்தியில் கம்பீரமாக வீட்டு வாசலில் நிற்கும் புதிய தம்பதியர்களாக தோற்றமளிக்கும் "ட்வின் டவர்ஸ்."

பலமுறை க்வின்ஸிலிருந்து நியூஜெர்சீ போகையில் இந்தக் கட்டிடங்களுக்கு கீழிருக்கும் 'சுரங்க பாதை' ஸ்டேஷன்களிலே ரயில் மாறி ஏறுவோம். அங்கிருக்கும் ஒரு பீடா கடையில் 'நியூயார்க் போஸ்ட்' நாளிதழ் வாங்குகையில், அந்தக் கடை எஜமான் சர்தார்ஜி இதமாகப் பேசுவான்.

"எவ்வளவு காலம் ஆகுது பாஸ் இங்க வந்து" எனக் கேட்டேன்.

"இருவத்தி ஐந்து வருஷம்" என்றான்.

பஞ்சாபில் லூதியானா அருகில் ஒரு கிராமத்தில் விவசாயம் செய்தானாம். ட்ராக்டர் கூட இருக்கிறதாம். "எப்பவோ அமெரிக்கா வந்த உறவினர்கள் இவனது குடும்பத்துக்கு ஆதரவளித்தார்கள்" என்றான்.

"வாழ்க்கை இங்க எப்படிப் போகுது?" என்றேன்.

"சல்த்தா.. சல்த்தா" என்பான். இடையிடையில் அவனுடன் பேசுவது குஷியாக இருக்கும். கடையில் ஸ்டூலை போட்டு அமர்வான்.

வீட்டுக்கு வந்த உறவினர்களையும், நண்பர்களையும் இந்த ட்வின் டவர்ஸ்க்கு அழைத்துச் சென்று "அதோ அதான் ஹட்சன் ஆறு. அது கடலில் சேரும் இடத்தில் இருக்கும் அந்தச் சின்னத் தீவில் தான் லிபர்ட்டி சிலை இருக்கிறது. இடது பக்கத்தில் க்யீன்ஸ், லாங் ஐலான்ட், நதிக்கு அந்தப் பக்கம் நியூ ஜெர்சி மாநிலம் உள்ளது" என அவர்களுக்குக் காட்டுவேன்.

"இங்கே வந்ததற்கு நினைவாக ட்வின் டவர்ஸ் பொம்மைகளிருக்கும் கீசெயின்கள் அவர்களுக்கு அன்பளிப்பாக கொடுப்போம். இந்தப் பொம்மைகளை விற்கும் கருப்பு பையன் என்னை அடையாளம் கண்டு பிடிப்பான். நான் வந்ததும் சின்ன சின்ன கிப்ட்டுகளை

காட்டுவான். ரெண்டு டாலர்கள் டிப்ஸாகக் கொடுத்தால் அவனது முகம் ஜொலிக்கும்.

அங்கிருக்கும் பைனாகுலரில் அனைத்து திசையிலும் பார்ப்போம். ஹட்சன் நதியில் சுற்றும் ஸ்டீமர்களை பார்ப்போம். இந்தக் கட்டிடத்தில் வேலைசெய்தவர்கள், பேசியவர்கள், சிரித்தவர்கள் என்ன ஆனார்கள். ஒரு நொடியில் நிகழ்ந்த நிகழ்வினால் பூமிக்கடியில் சமாதி ஆனார்கள். அவர்களது கனவுகள், ஆசைகள் காற்றில் கலந்தன. அவர்களது நினைவுகளை நமக்களித்து, இருள் சரித்திரத்தில் கலந்து போனார்கள்.

"என்ன யோசிக்கிறே?" என்றான் ரகுவீர்.

"ட்வின் டவர்ஸ் நினைவுக்கு வந்தது" என்றேன்.

"கட்டிடங்கள் மேலும் காதலா! அவ்வளவு பரந்த மனசா? உன்னது!" என்றான் புன்னகையுடன்.

"உறவுகொள்ளும் எதோடவும் காதல் பிறக்கும். சொந்த வீடு, ஊரில் இருக்கும் நிலங்கள், நீண்ட நாள் பயன்படுத்திய பழைய சைக்கிள், இவையெல்லாம் உயிரற்றவைதான். ஆனாலும் நாம் அதை விரும்பவில்லையா? எனக் கேட்டேன்.

"ஆனால் இந்த விஷயத்தில் அவ்வளவு வருத்தப்பட அவசியமில்லே. இது தனக்குத் தானே செய்து கொண்டது" என்றான்.

"காரணங்கள் தேடமாட்டேன். ஆனால் இந்த நிகழ்வில் துயரம் இருந்தது. ஆயிரக்கணக்கான சாமானிய மக்கள் இறந்து போனார்கள். இறுதியில் டியூட்டியில் இருந்த நூற்றுக்கணக்கான தீயணைப்பவர்களும் இறந்தார்கள்" என்றேன்.

ரகுவீர்க்கு அதில் மாற்று கருத்துகள் இருந்தாலும் அந்த நேரத்தில் அதை அதிகமாக விவாதிக்க விரும்பவில்லை. மௌனமாக இருந்தான்.

"இதோ ரகு, அந்தப் பொண்ணு நம்ப ரெஸ்டாரென்ட் பக்கம் வரா, பேசுவோமா!: என்றேன்.

"இப்போ எதுக்கு தேவையில்லாம, இன்னொரு முறை அந்தப் பொண்ணை கஷ்டபடுத்தவா?" என்றான் ரகு.

குமார் கூனபராஜு தமிழில்: ஸ்ரீநிவாஸ் தெப்பல

"இல்ல அந்தப் பொண்ணோட கதையைக் கேட்போம். அப்படியே அந்தப் பொண்ணு நம்மகூட கஷ்டத்தை பகிர்ந்துகிட்டா அவ மனசுல இருக்குற பாரம் கொஞ்சம் குறையும்" எனச் சொன்னேன்.

"சரி உன் ஊரு, உன் விருப்பம்" என்றான் ரகு.

மூலையில் அந்தப் பெண் அமர்ந்திருக்கும் மேஜையின் அருகில் மெதுவாகச் சென்று,

"நீங்க தப்பா நினைக்கலேனா இங்க கொஞ்சம் உட்காரலாமா?" என்றேன்.

அந்தப் பெண் ஏறிட்டுப் பார்த்து "இதுல கேட்குறதுக்கு என்ன இருக்கு?" என்றாள்.

"நன்றி" சொல்லி அமர்ந்து மெதுவாக ஆவலுடன் பேசத் தொடங்கினேன்.

'ஜூலி' கரேபியன் தீவுலிருந்து வந்த ஸ்பானிஷ். அவளின் பள்ளிப் பருவத்திலேயே அவளது பெற்றோர்கள் இங்கு 'நியூ ஜெர்சி' க்கு குடிபெயர்ந்துவிட்டனர். நுண்கலையில் வேலை செய்யவேண்டுமென்பது அவளது விருப்பம். ஆனால் குறைவான சம்பளத்துடன் சின்னச் சின்ன வேலைகள் செய்து களைப்படைந்தாள். அப்போதுதான் அறிமுகமானான் 'வினோத்'. அவன் 'கொலம்பியா' பல்கலைகழகத்தில் கணினியியலில் டாக்டரேட் பெற்றவன். அவனே இவளுக்கு கணினியைக் கற்பித்தான். அவனே ஒரு சாப்ட்வேர் கம்பெனியில் தனது டீமில் அவளைச் சேர்த்துக்கொண்டான். அதற்கு மூணு மாசத்திற்கு முன்புதான் அந்தக் கம்பெனி ட்வின் டவர்ஸ்க்கு இடம் மாறியது.

'அவனது கதையைச்' சொல்லுகையில் ஜூலியின் வெள்ளை முகம் சிவந்து போனது. கண்ணில் வெள்ளைக் கரு ரோஜா வண்ணத்தில் மாறியது. கண்ணிமையின் விளிம்பில் கருங் கோடுகள். நாங்கள் கொஞ்சம் நேரம் மௌனமாக அமர்ந்திருந்தோம்.

மெதுவாக மீண்டும் அவள் "வினோத் இந்தியன் தான். ரொம்ப நல்லவன். ரெண்டு மூணு வருஷம் எனக்கு பொறுமையா கம்ப்யுட்டர் கற்றுத் தந்தான். பொருளாதார ரீதியாக எனக்கு உதவியளித்தான். பெற்றோர்கள் இறந்த பிறகு என்னை எவ்வளவோ அக்கறையாக பராமரித்தான்" என்று சொல்லி சட்டென நிறுத்தினாள்.

கண்ணிலிருந்து கண்ணீர் பொங்கி வழிந்தது. "சாரி" என பேப்பர் நாப்கினால் கண்ணீரைத் துடைத்தாள்.

அன்னைக்குதான் விநோத்கிட்டே உன்ன கல்யாணம் பண்ணிக்கிறேன்னு. பிரபோஸ் செய்யணுமுன்னு முடிவெடுத்தேன். ஏழு மணிக்கு போன் செய்தபோது அவன் ஆபிசில் இருந்தான்.

"நான் இன்னைக்கி சீக்கிரமா கிளம்பி வாரேன்" என சொன்னேன்.

"என்ன விசேஷமுன்னு" அவன் கேட்டான்.

"உன்ன சர்ப்ரைஸ் பண்ணி ஒரு விஷயம் சொல்லணும்" என்றேன்.

"யூ வெல்கம்", "ஆனால் எனக்குத் தெரியும்."என்றான்.

"எப்படி?" எனக் கேட்டேன்.

"நேத்துலிருந்து உன் முழியப் பார்த்தாலே புரியுது. பட் ஐயாம் லக்கி!" என்றான்.

அப்போ 'ஐயாம் சோ லக்கி!' நான் சந்தோஷத்தில் மிதந்து ஆபிஸுக்குக் கிளம்பினேன்.

"சுரங்கப் பாதை ரயிலில் 'வால் ஸ்ட்ரீட்' ஸ்டேஷனில் இறங்கி இந்தபக்கம் மேல வந்தேனோ இல்லையோ மக்கள் ஓடிக் கொண்டிருந்தார்கள். கார் ஹாரன் இரைச்சல். எங்கு பார்த்தாலும் ஒரே சாம்பலும், காகிதங்களுமாக வீதியில் பறக்கின்றன. 'ட்வின் டவர்ஸ்'ல் ஒரு டவரினை ஏதோ டூரிஸ்ட் விமானம் மோதியதாம். டவர்ஸ் நோக்கி ஓடினேன். மேலிருந்து தீப்பொறிகள் எழுகின்றன. ஆனால் எங்களது ஆபிஸ் ரெண்டாவது தளத்தில் இருந்தது. அந்த டவர் அருகில் யாரையும் அனுமதிக்கவில்லை. நிலைமை மோசமானது. யாரோ கூச்சல் போட்டாங்க, ''இது தீவிரவாதிகளோட செயல்" என்று.

பயத்துடன் வினோத்துக்கு கால் செய்ய முயன்று போனை கையில் எடுத்தேன். அப்பவே நெறைய மிஸ்டு கால்ஸ். வினோத்துக்கு கால் செய்தேன். மிகவும் பயத்துடனும், துயரத்துடனும் இருக்கின்றான். எந்த லிப்ட்டும் வேலை செய்யவில்லையாம். மின்படிகள் நின்று விட்டதால் இறங்கிவருவது சிரமம் ஆனது என்ற வினோத்.. மை டியர்

நாம் கண்டிப்பாக சந்திப்போம், இறைவன் நம் காதலை ஒன்றுசேர்ப்பான். உன்னை எதிர்பார்த்துட்டு இருப்பேன்.. என அழுதுகொண்டே ஏதேதோ சொல்கிறான். இதற்குள் காதுகளில் வெடித்து சிதறும் பெரும் சத்தம் விழுந்தது. வானில் பார்த்தேன். இன்னொரு விமானம் எங்களது டவரின் மேல் தளத்தை மோதியது. வானிலிருந்து அக்னி மழை பொழிந்தது. புழுதி, மேகங்கள், காகிதங்கள், குப்பைகள்; இந்த மன்ஹட்டானே நரகத்திற்குள் சரிவது போல் இருந்தது. தீப்பற்றி எரிந்தது. 'ஓ மை காட்.. வினோத்.. டியர்' என பித்துப் பிடித்தது போல் ஓட்டமெடுத்தேன். இதற்குள் பெரும் சத்தம். ஏதோ சரிவது போல், பூமிக்குள் இறங்குவது போல்.. நான் மயங்கிக் கிடந்தேன். வாழ்க்கை ஒரு நொடியில் பொசுங்கி சாம்பல் ஆனது." அவள் தலைகவிழ்த்துக் கொண்டாள். அவள் கண்ணிலிருந்து கண்ணீர் மழை கொட்டியது.

நெடு நேரம் அமைதியாக இருந்தோம். நான் சகஜமாக அவள் கையில் கை வைத்தேன். குளுமையாக இருந்தது. லேசாக நடுங்கியது.

"மன்னியுங்கள், உங்களை ரொம்பத் தொந்தரவு செஞ்சுட்டேன்." என்றேன்.

சிறிது நேரம் அமைதி நிலவியது.

"வினோத் ரொம்ப நல்லவன். அவனுக்கு அப்பா, அம்மா கிடையாது. பத்து வருஷத்துக்கு முன்னாடியே அமெரிக்கா வந்துட்டான்.அதனால அங்க இருக்குறவங்க கூட எந்த தொடர்பும் கிடையாது. தயவு செஞ்சி அவங்களுக்கு இந்த விஷயத்த எப்படியாவது தெரியப்படுத்துங்க. இதோ வினோத் என் கிட்ட கொடுத்த மோதிரம். அவங்க உறவினர்கள் கிட்ட குடுங்க. இந்த நிகழ்வு நடந்து முடிஞ்ச ஆறு வருஷத்தில என்னோடு யாரும் பேசல. என் கதையை கேட்கல. என் காதலை நீங்கதான் புரிஞ்சிகிட்டிங்க. எனக்கு இது போதும். இப்போ எனக்கு திருப்தியா இருக்கு. என் மனசு அமைதியானது, இனி நான் கிளம்புறேன்" எனச் சொல்லி ரெஸ்டாரென்டிற்கு வெளியே சென்று இருட்டில் மறைந்தாள் ஜூலி.

கொஞ்சம் நேரம் கழித்து சுரங்கப் பாதையில் 'க்வீன்ஸ்' கிளம்பினோம். இருவருக்கும் கொஞ்சம் கஷ்டமாகவே இருந்தது. சட்டென ரகு சொன்னான்.

"அவன் முழுப் பெயர் வினோத் குமார் கிடையாது!"

"ஆமாம், உஸ்மானிய பல்கலைகழகத்தில் எண்பத்தி ஒன்பதாவது வருஷத்தோட பேட்ச்" என்றான்.

"எஸ்! அவன் 'வினு' தான், யுனிவெர்சிடி டாப்பர். அரசியல் விஷயங்களை கண்டுக்கமாட்டான். நாங்களும் அவன கண்டுக்க மாட்டோம்."

கொஞ்சம் நேரம் கழித்து "ஐயோ! அவனுக்கு அப்படி ஆனதா!" என்று மிக வேதனை அடைந்தான் ரகு.

179 வது தெருவில் சுரங்கப் பாதையிலிருந்து வெளியே வந்து, ரூம் பக்கம் நடக்கின்றோம். வெளியே வானிலை குளிராக இருந்தது. அப்போது நிலா வானில் அமைதியாக ஜொலித்தது.

"இந்தத் தாக்குதல்ல தொண்ணூறு நாடுகளைச் சேர்ந்த மூணாயிரம் பேர் இறந்து போயிருக்காங்க தெரியுமா?" என்றேன்.

"யாரா இருந்தா என்னா? இருபுறமும் அப்பாவிங்கதான் பலி ஆகிறார்கள்" என்றான்.

ரகு கொஞ்சம் நேரம் கழித்து "ஒரு மனிதன் இறந்துபோனா, அவனின் உற்றார்களோட வாழ்க்கை நிலை, சின்னாபின்னமாயிடும்...என்னால் சமாதானப் படமுடியல." என்றான்.

ரகு சென்று நீண்ட நாள் ஆனது. ஒரு நாள் சட்டென "ஜூலி" நினைவுக்கு வந்தாள். என்ன செய்றாளோ பைத்தியக்காரப் பெண்ணென்று நினைத்தேன். போனில் தொடர்புகொள்ள முயற்சி செய்தேன். அப்படி ஒரு நம்பரே உபயோகத்தில் இல்லை. ஈமெயில் மட்டும்தான் வேலை செய்கிறது. அதிலும் பதிலில்லை. ஜூலியும், நானும் ஒண்ணாப் பேசி ஒரு வருஷம் ஆனது. ஒரு வேளை அன்றைக்கு வினோதின் பிறந்தநாளாகக் கூட இருக்கலாம்.

அன்று நான் அந்தப் பகுதிக்குப் போனேன். புதிய கட்டிடங்கள் வரத்தொடங்கின. அவை எவ்வளவோ

அழகாக இருந்தாலும் எனக்கு ஒன்றும் பெரிதாக தோன்றவில்லை. அந்த ரயிலிங் ஓரத்தில் சில புகைப்படங்கள், மலர்வளையங்கள், எரியும் மெழுகுவர்த்திகள் தெரிந்தன. அனைத்தையும் உன்னிப்பாகக் கவனித்தேன். அதில் வினோதின் புகைப்படத்தை மட்டும் காணவில்லை.

ஒரு நாள் மதியம் ஆபீஸ் முடித்துக் கொண்டு, வால் ஸ்ட்ரீட்ல் நடக்கையில் ஜூலி நினைவுக்கு வர, காவல் தகவல் மையத்தில், 'ஒன்பது பதினொன்று' இறந்தவர்களின் தகவலை கேட்க முயற்சி செய்தேன். அவர்கள் வேறு அதிகாரிகளின் பெயர்களை கொடுத்தனர். இந்தத் தேடலின் இறுதியில் ஒரு இடத்தில் நின்றேன். அந்த அதிகாரியிடம் அவர்களது பெயர்களைக் குடுத்தேன்.

"அவங்க உங்களுக்கு என்ன உறவுமுறை?" எனக் கேட்டார்.

"அவங்கள எனக்குக் கொஞ்சம் தெரியும். அவங்க உறவினர்களுக்கு இந்த விஷயம் தெரியுமா, இல்லையான்னு சந்தேகம். கொஞ்சம் உதவி செய்வோமுன்ற எண்ணத்துல.." எனச் சொன்னேன்.

"ஒரு பத்து நிமிஷம் பொறுங்க" என்றான். அவனது வேலையை முடித்துக்கொண்டு என் கண்களை உற்றுப் பார்த்து "அவங்க ரெண்டு பேரும் லவர்ஸ்" என நினைக்கிறேன். அன்னைக்கே அந்த சம்பவ இடத்திலயே ரெண்டு பேரும் இறந்துட்டாங்க" என்றான்.

எனக்கு ஒரே அதிர்ச்சி கூடவே பயம். சில நாட்களுக்கு முன்பு ஜூலியுடன் நடந்த உரையாடல்கள் பற்றிச் சொன்னேன். முதலில் திகைத்துப் போனார். பிறகு சொல்லத் தொடங்கினார்.

"நான் தான் அங்கு போஸ்டு மார்ட்டத்தில் ஈடுபட்டேன். அவங்க ரெகார்டை நான்தான் பார்த்தேன். அன்றைக்கி ஜூலி ரெண்டாவது கட்டிடம் சரிகையில் அந்தப் பக்கம் ஓடினாள். இதற்குள் அந்தக் கட்டிடம் இடிந்து சாய்ந்தது. இதுல அதிசயம் என்னன்னா ரெண்டு பேரோட உடல்களும் ஒரே இடத்துல கிடைச்சதுதான். இது ஒரு அதிசய நிகழ்வுதான். அவங்க டைரிகள், வாலேட்களை பார்த்து அவர்களை அடையாளம் கண்டேன். ஆனால் அவங்க ரெண்டு பேரோட சடலங்களையும் எடுத்துக்கொள்ள

உறவினர்கள் யாரும் உரிமைகோரி வரல. நீங்களாவது முயற்சி செய்யுங்க" என்றார்.

ஏதோ தப்பு நடந்து இருக்கும். ஜூலி உயிரோடுதான் இருக்கிறாள். நாங்கள் தான் கண்ணெதிரே பார்த்தோமே என்று நினைத்தேன். ஆனால் ஜூலி அவளைப் பற்றி சொன்ன விஷயங்கள், அதிகாரி சொன்ன விஷயங்கள் ஒரே மாதிரி இருந்தன. நான் முழுதாகக் குழம்பிப் போய்விட்டேன்.

மீண்டும் அதிகாரியைச் சந்திக்கையில் அவர்களது புகைப்படங்களை எடுத்துச் சென்றேன். அவற்றினை அந்தச் சுற்றுச்சுவரின் அருகே வைத்து மெழுகுவர்த்திகள் ஏற்றினேன். அங்கே ஊதா வண்ண துலிப் பூங்கொத்து வைத்தேன்..அவர்கள் ஆன்மா சாந்தியடைய மனதில் வேண்டினேன்.

ரகு இந்தியா சென்றபோது, "வினோத்தின் உறவினர்களைத் தேடினேன். தூரத்து உறவினர்களை மட்டும் கண்டுபிடித்தேன்.. ஆனால் அவர்கள் கண்டுகொள்ளவில்லை. மேலும் வினோத் அமெரிக்காவில் இருந்தபோதும், எங்களுக்கு எந்த உதவியையும் செய்யலேன்னும் குற்றச் சாட்டை முன் வெச்சாங்க." என ரகு மிகவும் நொறுங்கிப் போனான்.

ஆமா! இத்தனைக்கும் ஜூலி உயிரோடுதான் இருக்காளா? இறந்து போய்ட்டாளா? என்னால் உறுதி செஞ்சுக்கமுடியல. இது ஒரு புரியாத புதிரானது. ஒவ்வொரு ஆண்டும் அவர்களுக்கு துலிப் பூக்களுடன் அஞ்சலி செலுத்துவது தவிர வேறேதும் செய்ய முடியவில்லை. ஒவ்வொரு வருஷமும் அதே நாள் ஜூலிக்காக என் கண்கள் எல்லாத் திசையிலும் தேடும். வினோத் ஜூலிக்கு தந்த அந்த ரிங் எனது வாலெட்டில் பத்திரமா இருந்தது. இந்தக் காதல் காணிக்கையை நான் எங்கு கொண்டுபோய்ச் சேர்க்க?

***

சேவல் சண்டை

வானிலை கொஞ்சம் குளிராக இருக்கிறது. பொழுது விடிந்தாலும் வெம்பா நிலத்தையும், மரங்களையும் விட்டு விலகவில்லை. நெற்பயிர் நட்டு ஒரு மாதம் ஆகின்றது போல. வயக்காடு பச்சை பசேலென்று தரை விரிப்பு போல் கண்ணுக்கெட்டும் தூரம் வரையில் காணப்பட்டது. நர்சபூர் எக்ஸ்பிரஸ் இந்த இயற்கை அழகுகளைத் தகர்த்தெறிந்து, ஆக்கிவீடை கடந்து பீமவரத்தை நோக்கிப் பயணம் தொடங்கியது. அந்த நாலு நண்பர்களும் ஜன்னலின் ஓரம் அமர்ந்து இயற்கை அழகுகளைப் பார்த்து மெய்மறந்தனர்.

"அதோ அங்க பாருங்க மீன் பண்ணை, கரையின் ஓரம் தென்னை மரங்கள், அந்தப் பண்ணையின் மீது வலை போல் நூல்களை கட்டி, மீன் குஞ்சுகளை பறவைகள் உண்ணாமல் ஏற்பாடு செய்திருக்கிறார்கள்" யென்று ஜோராக தனது ஊரை அறிமுகம் செய்கிறான் உதய்.

"சில குளங்களில் ஏதோ இயந்திரங்கள் ஓடிகிட்டு இருக்கே அதென்ன?" என அருண் கேட்டான்.

"அதெல்லாம் இறால் பண்ணைங்க. அதுக்கு பிராணவாயு கிடைக்க இந்த மோட்டார்கள் சுத்தும்" என்றான் உதய்.

மறுபடியும் அடர் பச்சை நிலங்கள். யாரோ கூலிக்காரர்கள் பூச்சிக்கொல்லி மருந்துகளைத் தெளிக்கின்றனர்.

"அதோ தூரத்தில் தெரியுதே ஈமு கோழி வளர்ப்பு மையம். அதோ அங்கு ஈமு கோழிகள் கூட தெரிகின்றன" என்றான் உதய்.

இன்னும் சில நொடிகளில் நண்பர்கள் அனைவரும் பீமவரத்தில் இறங்கப் போகின்றனர். இவர்களுக்கு கோதாவரி

மாவட்டங்களில் நடைபெறும் 'சங்கராந்தி' (தெலுங்குகாரர்களின் பொங்கல் பண்டிகை) கொண்டாட்டத்தை காட்ட உதய்க்கு எப்போதிருந்தோ ஆசை. இப்போது அது நிறைவேறப் போகிறது.

டௌன் ஸ்டேஷனில் இறங்கி காரில் உதயின் தங்கை வீட்டுக்குச் சென்றனர். அங்கு அவர்களது உபசரிப்பு இவர்களை திக்குமுக்காடச் செய்தது. ஐந்தாறு வகை டிபன்களை செய்திருந்தனர். அதற்கு மேல் சாப்பிட முடியாமல் வீருவும், ராமகிருஷ்ணாவும் “சோறு போட்டே கொன்னுடுவீங்க போல”எனக் கிண்டல் செய்தார்கள்.

அருகிலுள்ள 'யண்டகண்டி' கிராமத்துக்குக் கிளம்பினார்கள். உதயின் நண்பரான மன்னர் பரம்பரையைச் சேர்ந்த ராஜா ஒருவர் உபசாரம் செய்தார். அதன் பிறகு வீட்டின் பின் பக்கம் சேவல் சண்டை நடக்கும் இடத்துக்குப் போனார்கள்.

அந்த இடமே ஒரு திருவிழாபோல்தான் காட்சி அளித்தது. பல பேர் கூட்டமாகக் கூடி இருந்தார்கள். இதற்கிடையில் ஒருவன் விசில் சத்தம் கொடத்து கூட்டத்தை பின்னுக்குத் தள்ளுகிறான். பெரிய வளையம் போல் கயிற்றை கட்டியிருக்க, ஒரு இருபது பேர் ரெண்டு குழுவாக கலந்து ஏதோ பேசிக்கொண்டு இருந்தார்கள்.

விசில் ஊதினார்கள். சேவல் சண்டை தொடங்கியது. ரெண்டு சேவல்களோட மூக்கை உரசினார்கள். அவை கொத்திக் கொண்டன. காலில் கத்தியைக் கட்டினார்கள். அதனைக் களத்தில் விட்டார்கள். அவை கால்களால் மோதிக்கொண்டன. சேவல்களின் பிடரியைச் சுற்றி மயிர் சிலிர்த்தது. சண்டை ஜோரா நடைபெற்றது. சேவல்கள் போர் வீரர்கள் போல் பறந்தபடி மோதிக்கொள்கின்றன. ஆட்டம் வெகுநேரமாகத் தொடர்ந்தாலும் ஒரு முடிவுக்கு மட்டும் வரவில்லை. சேவல்களைப் பின்னுக்கு எடுத்து ஈரத்துணியால் துடைத்து தண்ணீர் காட்டினார்கள்.

நண்பர்கள் நிற்குற இடத்திற்கு பின்னாலிருந்து யாரோ “கரிசல் பொன்றம் எங்களதுஞ்கரிசல் பொன்றம் எங்களது..”,

“காகபூதி எங்களதுஞ்காகபூதி எங்களது” என்று.. சத்தம் போட்டபடி இருந்தார்கள்.

உதய் தன் நண்பர்களுக்கு அங்கு நடைபெறும் அனைத்து நிகழ்வுகளையும் விவரிக்கிறான்.

“இது சேவல் சண்டை.. இது தடை செய்யப்பட்ட விஷயமா இருந்தாலும், இப்படி திருட்டுத்தனமா நடத்துவாங்க. சுற்றுவட்டாரத்துல சிறுசிறு பந்தயங்கள் கட்டுகிறவங்களும் இருக்காங்க.

சண்டை சேவல் பிடரியை சுத்தி வெள்ளை, மஞ்சள், வெளிர் கோதுமை நிறத்தில் மயிர்கள் இருந்தால் அதை ‘கரிசல் பொன்றம்’ன்னு சொல்லுவாங்க. இப்படி பதிநெஞ்சுக்கும் மேற்பட்ட சேவல் வகைகள் இருக்குது” என்றான்.

“மேலும் சேவல்களோட முதலாளிங்க பந்தயம் கட்டும் தொகை எவ்வளவு இருக்குமுன்னு தெரியுமா? சுமார் ஒரு லட்சத்திலிருந்து பத்து லட்சம் வரை இருக்கும்” என்று சொன்னதும் நண்பர்கள் வாய் பிளந்து விட்டார்கள்..

மீண்டும் சேவல் சண்டை தொடங்கியது. சேவல்கள் ரொம்ப ஆக்ரோஷமாக பறந்து, பறந்து மோதிக்கொண்டு இருந்தன. இந்தச் சண்டையில் உடல் முழுக்க காயங்களினால் ரத்தம் வழிந்தது. அதற்கு மேல் பறக்க முடியாமல் நின்று, ஒன்றின் மீது ஒன்று தலையை சாய்த்தது. தொடர்ந்து ஒரு நிமிடம் சுற்றிலும் அமைதி நிலவியது.. முடிவு வரவில்லை. சேவல்களை பின்னால் எடுத்து, துடைத்து தண்ணி காட்டி மறுபடியும் களத்தில் விட்டார்கள். சேவல்கள் மீண்டும் சண்டையிட்டன. இடையில் ஒரு சேவலின் கழுத்தில் ஒரு கோடு ஆழமாக விழுந்தது. அது அப்படியே மெதுவாகத் தரையில் சாய்ந்தது. இரண்டாவது சேவல் உடல் முழுக்க ரத்தம் வெளியேறி, நின்ற இடத்திலே தள்ளாடியது. எந்த நேரத்திலாவது அதுவும் தரையில் விழும் நிலையிலிருந்தது. இந்தச் சண்டையில் ரெண்டாவது சேவலுக்குத் தான் வெற்றி என அறிவித்தார்கள். மக்கள் பெரிதளவில் கூச்சலிட்டார்கள். லட்சக்கணக்கில் பணப் பரிமாற்றம் நடைபெற்றது.

“இப்போ இந்த இறந்த சேவலை, பந்தயத்துல ஜெயிச்சவன் கொண்டு போய் குழம்பு வைப்பான். இதை ‘க்வாஜா கறி’ன்னு சொல்லுவாங்க. முந்திரி பருப்பு,பாதம் பருப்பு போட்டு வளர்த்ததினால் இது ரொம்ப ருசியாக இருக்கும் தெரியுமா?” என்றான் உதய்.

“நம்ப கூட நூறோ, இருநூறோ பந்தயம் போட்டுக்கலாம் அப்போ தான் சுவாரஸ்யமா இருக்கும்“ என்றான் உதய். நண்பர்கள் சரிதான்னு அடுத்த பந்தயத்தை எதிர்பார்த்தாங்க.

இதற்குள் ஒல்லியாக இருந்த ஒரு நடுவயசு ஆசாமி, அருணைத் தட்டிக் கூப்பிட்டு

“நீங்க தான் நியாயத்தை சொல்லணும்.. ராஜா ஐயா..!” ன்னான்.

அருண் திகைத்துப் போனான். ‘இவனென்ன என்கிட்ட கேக்குறான்னு’ நினைக்கையில்,

அவன் “என்னங்க .. உங்களை தான் ராஜா ஐயா..” என்றான்.

இதற்குள் உதய் உள்ளே புகுந்து அருண் காதில் “நீ ஒண்ணும் பதறாத.. இங்கே ஆத்திர அவசரத்துக்கு எதுக்கும் நல்லதுன்னு பெரியவங்களை ‘ராஜா ஐயா’ எனச் சொல்லுறது வழக்கம்“ என்றான்.

அந்த ஆசாமியின் பக்கம் திரும்பி “என்னப்பா உன் பிரச்சனை” என்றான்.

“இப்போ நடந்த சண்டைய பார்த்திங்கல்லே?” நான் கரிசல் பொன்றம் மேல பந்தயம் கட்டினேன். நான் பந்தயம் ஜெயிச்கிட்டேன். இப்போ வந்து அவன் ஐனூறு தான் இருக்குனு சொல்றாங்க. பந்தயம் போட்டா பணம் இருக்கான்னு ஒருமுறை சரி பாக்கணுமா, வேணாமா ஐயா? அப்படின்னா அவன் ஜெயிச்சா ஐநூறு அடிச்சிடலாங்கிறதுதானெ அவனோட சூழ்ச்சி?... நீங்களே நியாயத்தை சொல்லுங்க” என தள்ளாடியபடி சத்தமாகச் சொன்னான்.

கண்ணு சிவந்திருந்தது. சரக்கு போட்டு இருக்கான்னு நல்லாவே தெரியுது. பக்கத்தில் இருக்கும் இன்னொருத்தன், கொஞ்சம் தடியா, கருப்பாக கூலி வேலை செய்பவன் போலிருக்கிறான்.

“வணக்கமய்யா! ஏன் பேரு யோசேப்புங்க, சத்திராஜு அய்யாவை மோசம் செய்யணுங்கிற எண்ணமெல்லாம் கிடையாதுங்க. கொஞ்ச நேரத்துக்கு முன்னாடி என் பாக்கெட்டுல ரெண்டு ஐநூறுரூபா தாள் இருந்துதுங்க.. இப்போ திரும்பப் பார்த்தா ஒண்ணுதான் இருக்கு” என்றான் பரிதாபமாக.

குமார் கூனபராஜு தமிழில்: ஸ்ரீனிவாஸ் தெப்பல ◆ 73

யோசேப்புமே சரக்கு நல்லா ஊத்திருக்கான் போல. லேசா தள்ளாடினான். ஆனால் வருத்தமா இருக்கான்.

இதற்குள் உதய் உள்ள புகுந்து "இருக்கட்டும் சத்திராஜு ஐயா, அந்த ஐநூறயும் எடுத்துகோங்க, அதற்கு மேல அவன் கிட்ட ஒண்ணும் கிடையாதே!" என்று சொன்னான்.

"போங்கு ஆட்டம் ஆடுனது அவன். நீங்க இப்படித்தான் எதையாவது சொல்லுவீங்க. பந்தயம்னா பந்தயம்தான், அந்தச் சொல்லுக்குகட்டுப் படணும்" என சத்திராஜு கோபமாகச் சொன்னான்.

"ராஜு ஐயா, உங்களுக்கு ஒரு கும்பிடு! நீங்க ஏதாவது ஒண்ணு செய்யுங்க"என அந்த பஞ்சாயத்தை அத்துடன் அறுத்துவிட்டான் உதய்.

இப்போ விசில் சத்தம் ஒலித்தது. வேறு பந்தயம் ஆரம்பமாச்சு. நண்பர்கள் இந்த அவசரத்தில் இருந்தார்கள். கொஞ்சம் நேரம் கழிச்சதும் இவர்களுக்கு உபசரிப்பு செஞ்ச ராஜுவின் வீட்டுக்குப் போனார்கள். அவர் க்வாஜா இறைச்சியோட செய்த பிரியாணியை கொடுத்தார். ருசி பிரமாதமா இருந்தது.

இப்படி சங்கராந்திப் பண்டிகையை நான்கு நாட்கள் அந்தச் சுத்து வட்டார கிராமங்களில் சுத்திப் பார்த்து களித்தபின், ஹைதராபாத் கிளம்பினார்கள் நண்பர்கள்.

"கோதாவரி ஆளுங்க யோகக்கார பயலுங்க, வாழ்க்கையை ரசிச்சு ருசிச்சு வாழுறானுங்க" என சொல்லிக் கொண்டே ரயில் ஏறினார்கள்.

இங்க யன்டகண்டி கிராமத்தில் பண்டிகையின் காயங்கள் வலிமிகுந்ததாய்த் தான் இருக்கிறது. சத்திராஜூ ரொம்ப கொதிக்கிறான். அவனின் நண்பர்கள் ஏதும் கண்டுகொள்ளவில்லை. பிறகு நிறைய பேரிடம் கேட்டான். அனைவரும் பண்டிகை குதூகலத்தில் வெறுப்படைந்தனர். ஊராட்சித் தலைவர் சுப்பராஜு ஐயா கூட வெறுப்பாக. அப்புறம் பார்த்துக்கலாமென்று சொல்லிவிட்டார். அவன் இதயம் எரிந்தது.

"கடைசியில ஒரு சின்னச் சாதியை சேந்தவன்கிட்ட கூட பந்தயப் பணம் வாங்கமுடியலே"என்று வருத்தம் மனசைச் சுட்டது.

நாலு நாள் கழிச்சி ஊராட்சித் தலைவர் சுப்பராஜுவின் வீட்டுக்குப் போனான். நாலைந்து பேரு உட்காந்துட்டிருக்காங்க.

"வா சத்திராஜு.. வந்து உட்காரு.. பண்டிகை அதுமா, அந்தச் சண்டை எதுக்குடா? யோசேப்பு பணம் குடுத்தானா?" என்றார்.

"எங்கய்யா? ஐநூறுதான் இருக்குனு நாடகமாடுறான். உன் கிட்ட காசு வசூல் பண்ணலேனா என் மீசைய செரச்சிக்கிறேன்னு சொல்லிட்டு வந்துட்டேனுங்க. நீங்க தான் நியாத்தை சொல்லணும்" என்றான். சத்திராஜு கைகளை கூப்பிக்கொண்டு.

"பேருக்குதான் நீ ராஜ பரம்பரையே தவிர, உனக்கு புத்தி கிடையாது டா.. பிச்சக்கார கூலிப் பையனோட உனக்கென்னடா பந்தயம்?. கொறஞ்சது அவன் கிட்ட அந்த ஐநூறு ரூபாயாவது வாங்கிருக்ணுமில்லே?" என ஏசினார்.

சத்திராஜுக்கு வருத்தமாக இருந்தது. தலைவர், நியாயக்காரன் என் பக்கம் நிக்காம கூலிக்காரனுக்கு ஆதரவு குடுப்பது பிடிக்கவில்லை. கொஞ்சம் நேரம் அங்கேயே இருந்து நயமாக அந்த இடத்தை விட்டு நழுவினான்.

அப்படியே ஊருக்குள் போகையில நாயுடுவின் கண்ணில் பட்டான். "என்ன? சத்திராஜு ஐயா ஒரு மாதிரி இருக்காரு" என கேட்டான்.

"மனசு சரில்லேடா.. "சைக்கிளை எடு. அப்படி முறுக்கோடு பாலம்வரை போயிட்டு வரலாம்" என்றான் ராஜு.

இருவரும் சைக்கிளில் பாலத்தின் அருகில் உள்ள மதுக்கடை வரை போய் சரக்கு வாங்கிக்கொண்டு கண்மாய்க்கரையில் அமர்ந்தார்கள். சத்திராஜு ஒரு பெக்கை போட்டு கொண்டு ஆரம்பித்தான். நடந்த எல்லாவற்றையும் விவரமாகச் சொன்னான். நாயுடுவுக்கும் வருத்தமாகத்தான் இருந்தது.

"ராஜு ஐயா! உங்க பக்கம் நியாயம் இருக்கு, போனா போகட்டுமுன்னு விட்டா, சாதி சனங்க மத்தியில மட்டம் தட்டிடுவானுங்க. அவனுங்க கூலிச் சம்பளம் வேற ஏத்திட்டானுங்க. அவனுங்க சாதி சங்கங்களையும் தொடங்கிட்டானுங்க. ஏதாவது கேட்டா, வழக்கு போடறதுக்கு கூட தயங்கறது இல்ல. ஊராட்சித் தலைவர்

நியாயம் செய்யாம, 'அவங்களோட வோட்டு மதிப்பை கணக்கிட்டு' அவங்க பக்கம்தான் பேசுறாரு" என்றான் ஆக்ரோஷமாக.

இருவரும் ரொம்ப நேரம் பேசிக் கொண்டிருந்தார்கள். சரக்கு கிர்ரென்று ஏறியது.

"மன்னர் பரம்பரையில பிறந்ததுக்கு ஏதாவது ஒண்ணு செய்யணும் ராஜு ஐயா!.. யோசேப்போட தோலை உரிக்கணும்.." என நாயுடு மனசுல இருக்குற விஷத்தை மொத்தமாகக் கொட்டினான்.

ரெண்டு பேரும் தள்ளாடிக் கொண்டு சைக்கிளில் ஹரிஜன பேட்டை நோக்கிச் சென்றரர்கள். யோசேப்பு குடிசையின் முன் நின்றார்கள்.

"ராஜு ஐயா, அவன் கிட்ட ஐநூறு இருந்தா வாங்கிக்கோங்க. மிச்சத்தை அப்பறம் பார்த்துக்கலாம்" என்றான் நாயுடு தள்ளாடியபடி..

"யோசேப்பு, டேய் யோசேப்பு" என ரெண்டு முறை கத்தினான், யாருமே காணோம்.

அந்தக் குடிசையின் தகரக் கதவை காலால் எட்டி உதைத்தான். கதவை திறந்து தள்ளாடியபடி வந்த யோசேப்பு திகைத்தான்.

"வணக்கம் ராஜூ ஐயா! நீங்க சொல்லி அனுப்பினா நானே வந்திருப்பேனேய்யா"என குனிஞ்சி குனிஞ்சி வணக்கம் வைத்தான்.

முந்தாநேத்து கட்டின பந்தயப் பணம் எங்கடா?" என சத்திராஜூ கத்தினான்.

"அப்பவே உங்களுக்கு ஐநூறு ருபாய் தரேன்னு சொன்னேன்; நீங்கதான் வாங்கல ஐயா?" என்றான்.

"ஏன்டா, பொறம்போக்கு, கொறஞ்சது ரெண்டு தவணையாகவாவது குடுத்திருக்கலாமில்ல? ஒழுங்கு மரியாதயா மொதல்ல அந்த ஐநூறையும் எடுத்துட்டு வா" என ராஜூ கத்தினான்.

யோசேப்பு அப்பாவியைப் போல் முகத்தை வைத்துக்கொண்டு "பணம் தீந்து போச்சுங்க ராஜூ ஐயா"என பரிதாபமாகச் சொன்னான்.

ராஜூக்கு கோபம் மண்டைக்கு ஏறிடுச்சி.

"ஏண்டா.. நா உன் கண்ணுக்கு இளிச்சவாயன் மாதிரி தெரியுறேனா" என அவனைப் போட்டு அடித்தான். கூடவே நாயுடுவும் யோசேப்பை உதைத்தான். உடம்பில் தெம்பு இருக்கும் வரை அடித்துவிட்டு, மூச்சிரைத்து கொண்டே இருவரும் அங்கிருந்து வெளியேறினார்கள்.

மறுநாள் காலைலிருந்து 'யோசேப்புக்கு ஏதாவது நடந்திருக்குமோ' என சத்திராஜூக்கு சந்தேகமாவே இருந்தது.

சாயங்காலம் யோசேப்பு மகன் ரத்தினம் வந்து சத்திராஜூவிடம்

"ஊராட்சித் தலைவரிடம் பஞ்சாயத்தை கூட்டுனேன், அவர் வரச் சொன்னாரு"என கூப்பிட்டான்.

விஷயம் ஊர் முழுக்கப் பரவியது. மக்கள் கூட்டம் திரண்டது. ராத்திரி அவர்கள் அடித்த அடியில் யோசேப்புக்கு ஒரு கையும், காலும் உடைந்துவிட்டது. பீமவரம் மருத்துவமனையில் சேர்த்திருந்தார்கள்.

"தலைவரே, நீங்கதான் நியாயம் சொல்லணும். எங்க அப்பனோட கை,கால் சரிசெய்ய இருவதாயிரத்துக்கு மேல ஆகும். யார் குடுப்பாங்க? சத்திராஜூ ஐயா கிட்ட வாங்கித்தாங்க!" என ரத்தினம் குரலை உசத்தினான்.

ஊராட்சித் தலைவர் சத்திராஜூ பக்கம் பார்த்தார்.

"நான், கொறஞ்சது ஐநூறாவது குடு, மிச்சம் அப்பறம்கூட குடுத்துக்கலாமுன்னு சொன்னேனுங்க. அது கூட இல்லேனுட்டானுங்க. இப்படி ரொம்ப கொறச்சி எடை போட்டா எப்படிங்க? என சொன்னான் ராஜூ.

"எங்கப்பன் கூலி வேலைக்கு கூட சரியா போறது கிடையாதுங்க. அவனுக்கு எதுக்குங்க பந்தயமெல்லாம். முந்தாநேத்து பண்டிகைக்கு எங்கேயோ கடன் வாங்கி இரண்டாயிரத்தை தீத்துகட்டிட்டான். ஆட்டோவை ஓட்டிகிட்டு என்னோட சாவு நான் சாவுறேன். இவன் காசை இப்படி வாரி இறைக்கிறான். ஐயா!, நான் கேட்ட ஆசுபத்திரி செலவு பணத்துல இருபதாயிரத்துல சேவல் பந்தயப் பணம் ஆயிர ரூபாய கழிச்சிட்டு மிச்சக் பணத்தை தரச் சொல்லுங்க" என்றான் ரத்தினம்.

வாதம் முற்றிப்போனதும் தலைவர் தீர்ப்பை வழங்கினார்.

“யோசேப்பு குணமடைற வர, மொத்த செலவையும் நான் பாத்துக்குறேன், அந்தப் பணத்தை நான் ராஜூவிடம் வசூல் செஞ்சுக்குறேன். இப்போ நீங்க கிளம்பலாம்” என்றார்.

திரும்பி பார்த்தால், நாயுடுவை ஆளைக் காணோம்.

இந்த விஷயத்தை இப்போது யாரிடம் சொல்வது? சத்திராஜூவுக்கு இது ரொம்ப அசிங்கமாகப்போனது. “கடைசில இவன் என்கிட்டயே பணம் வசூல் பண்ணுறானே” என சத்திராஜூ உள்ளுக்குள் வெதும்பினான்.

ரெண்டு நாளில் அழைப்பு வந்தது. தலைவரோட தீர்ப்பு என்னன்னா யோசேப்பு வைத்திய செலவு இருபதாயிரத்துக்கு மேல் ஆச்சு. அதனால் தலைவரோட மாட்டுக் கொட்டை பக்கத்திலிருக்கும் சத்திராஜூ தன் சொந்த இடத்தை தலைவர் கிட்ட ஒப்படைக்கணும். மத்தக் கணக்கெல்லாம் அப்பறம் பார்த்துக்கலாம்.

சத்திராஜூ நிலைகுலைந்தான். தனக்குத் தானே புலம்பிக்கொண்டே வீட்டை வந்தடைந்தான். விஷயம் கேட்ட மனைவி சீறிப் பாய்ந்தாள். சாபத்தை விட்டாள். அவளுக்கு சீதனமா வந்த ரெண்டேக்கர் நிலத்தையும் வித்து தொலஞ்சான். ஏதோ நாலஞ்சி பெரியவங்க வீட்டில் சமையல் வேலை பார்த்துகிட்டு, மகனை ஐ.டி.ஐ. வரை படிக்க வெச்சி, சின்ன வேலையில சேத்து விட்டேன். இந்தப் புண்ணியவான் மகாராஜா மாதிரி சொத்தை சேவல் சண்டை, குடி, வெட்டி பந்தாவுக்குனே செலவு பண்ணி தொலச்சி மொத்தத்தையும் அழிசிட்டான்னு, கரிச்சிகொட்டி அழுதாள். ராத்திரி முழுக்க அவளின் விம்மல் சத்தம் கேட்டுக்கொண்டே இருந்தது. எப்படியோ செத்து தொலன்னு, ஒரு வழியா காலையில் எழுந்து ஹைதராபாத்தில் இருக்கும் பெரிய மகனோட வீட்டுக்கு கிளம்பிச் சென்றாள்.

சத்திராஜூ நாலுநாள் பித்துபிடித்தவன் மாதிரி திரிந்தான். கடைசியில் சுப்பராஜூவிடம் கொத்தடிமையாக வீட்டு வேலைக்குச் சேந்தான். எப்பவுமே நியாயத்துக்கு மதிப்பில்லையென்று புலம்புவான்.

இப்போது குடியையும், சூதாட்டத்தையும் கைவிட்டான். ஆனால் நடைப்பிணம் போல் வாழ்ந்து வருகிறான். அடுத்த பண்டிகைக்காவது 'மகனும், மனைவியும் வருவாங்களான்னு?' தெரியல. எல்லாவற்றிற்கும் காலம்தான் பதில் சொல்ல வேண்டும்.

***

குரு பௌர்ணமி

"வாட் எ பியுட்டிபுல் சீன் இட் இஸ்!" என நினைக்காமல் இருக்க முடியவில்லை.

ஜன்னல் திரையை நீக்கி பனி படர்ந்த கண்ணாடியை துடைத்துப் பார்த்தால் ஒரு அழகான காட்சி கண்களைப் பரவசத்தில் ஆழ்த்துகிறது.

இந்தக் குளிர் காலத்தில் 'பனி' மாநகரத்தைச் சூழ்ந்தது. பெரிய பெரிய கட்டிடங்கள் பனி மைதானத்தில் பூமியைத் தகர்த்தெறிந்து வந்த நவீன கான்க்ரீட் விருட்சங்களாக காட்சியளித்தன. தேவதைகள் பஞ்சுகளை கொட்டுவது போல் பனிப்பொழிவு இருக்கிறது. இந்த வருடத்தில் முதல்முறையாக மனம் பெருமிதத்தில் மிதக்கின்றது. தூரத்தில் எங்கோ கரும் சாலையின் சரிவுகளில் சின்னஞ் சிறு உருவங்கள் அசைகின்றன. உலக வர்த்தகத்தின் தலைநகரான நியூயார்க்கில், ஹிஷிகி பில்டிங்கில் நாற்பதாவது தளத்திலிருந்து பார்க்கும் எனக்கு விந்தையான உணர்வு வருகிறது. இவ்வளவு உயர்ந்த நிலையில் வாழ்வேன்னு எப்பவாவது நினைத்துண்டா?

எத்தனையோ ஆசைகளோடு உயிர் கொடுத்த பெற்றோரை, இனிமையான பால்யத்தை தந்த தாய் நாட்டினை, ஞானத்தை வழங்கிய ஆசான்களை, நட்பினை பகிர்ந்த நண்பர்களை, பெருமிதமான நினைவுகளை விட்டு நீண்ட தூரத்துக்கு வந்து சேர்ந்தேன்.

பூமியின் ஓரிடத்தில் தங்க மலையின் மீது அழகான வீடு, கார், பணம், புகழ், நினைத்தவை, நினைக்காதவையும் கிடைத்தன. நான் மிக மகிழ்ச்சியுடன் இருக்கிறேன்.

“ஹாய்..மிஸ்டர்! வாட்ஸ் கோயிங் ஆன்” என்று நண்பன் லீ கேட்டான்.

புன்முறுவலுடன் ‘லீ’ யை வரவேற்றேன்.

“ஹியர் ஈஸ் கால் பார் யு” என்றான், கார்ட்லெஸ் போனை கையில் கொடுத்து.

“உங்களுக்கு ஒரு லெட்டர் இந்தியாவிலிருந்து வந்திருக்கு; யாரோ ராதாவாம்” என்றாள் எனது மனைவி.

இந்த ராதா யாரென்று சட்டென நினைவுக்கு வரவில்லை.

‘அந்த லெட்டர்ஐ ஃபாக்ஸ் செய்’ என்றேன்.

அந்த லெட்டரைப் பார்த்ததும் மனம் உருகியது.

“நீங்க சந்திச்சு போன நாலு வருஷங்களுக்குப் பிறகு கொடுமையான வாழ்க்கையை அனுபவிச்சேன். கணவருக்கு குடிப் பழக்கம் அதிகமாகி, கடைசியில் மருத்துவமனையில் சேர்த்தோம். எப்போ உயிர் போகும்னு தெரியாது. இந்த நிலமையில என்ன செய்றதுன்னு தெரியல. யாருக்காக வாழணுமுனு தெரியல. எதுக்கோ உங்களுக்கு எழுதணுமுனு தோணுச்சி.”

கண்ணில் நீர் வடிந்தது. கண்களை மூடி மெதுவாக இருக்கையில் பின்னால் சாய்ந்தேன். ஏதேதோ எண்ணங்கள். ஒரு வருடம் முன்பு எழுதிய கடிதம். ராதாவின் கணவர் எப்படி இருக்கின்றாரோ? ராதா உண்மையில் உயிரோடதான் இருக்காளா?...

ஏதேதோ காட்சிகள் கண் முன்னே வந்துசென்றன. சட்டென காலச்சக்கரம் ஐந்து வருடங்கள் பின்னோக்கிச் சுற்றியது.

ஏ..ஏ..ஏ..

அன்று..

கோடை காலம்.. இன்னும் சூரியனின் வெப்பம் பூமியை விட்டு அகலவில்லை. அனல் காற்று வீசுகின்றது. எங்கள் ஊரிலிருந்து பீமவரம் பஸ்ஸில் கிளம்பினேன். அடித்து பிடித்து நெரிசல் கூட்டத்துக்கு மத்தியில் கொஞ்ச நேரத்துக்குப் பின் இருக்கையைப் பற்றினேன்.

மாலை, இருட்டு பரவியது. வானிலை கொஞ்சம் இதமாக இருந்தாலும், பஸ் கிளம்பினால் கூட தென்றல்

என் பக்கம் மட்டும் வீசும் வாய்ப்பே கிடையாது. மனிதர்களின் உடல்களிலிருந்து வெளி வரும் வெக்கை பஸ்ஸை ஆக்கிரமித்தது.

“ஏங்க.. அந்த வயசானம்மாவுக்கு கொஞ்சம் எடம் குடுத்தா கொறஞ்சா போயிடுவீங்க?” என ஒரு குரல் என் பின்னே ஒலித்தது.

யாரென்று பின்னோக்கிப் பார்த்தேன். ஒரு பெரியவர் என்னை உத்தேசித்தபடிதான் சொன்னார்.

“பாவம், பெரியவங்களால் நிக்கமுடியல, வயசு பசங்க தான! கொஞ்சம் இடம் குடுக்கலாமே” என்றார் அந்தப் பெரியவர் கேள்வி கேட்பது போல்.

எனக்குக் கோபம் தலைக்கு ஏறியது. அரை மணி நேரமா நின்னுட்டுதான் இருந்தேன். ஏதோ கொஞ்சம் இடம் கிடைச்சது. அதுக்குள்ள வயசானவர்கள், பெண்கள், ஊனமுற்றோர்ன்னு யாராவது ஒருத்தர், வந்து இடம் கேட்டு விண்ணப்பம். இல்லைன்னா பக்கத்தில் இருக்கறவங்களோட அறிவுரை..சீ..சீ..இப்போ, இருக்குற மொத்த பஸ்லயும் வெறும் பொம்பளைங்கள மட்டுமே ஏத்துனாலும் எடம்பத்தாது. அப்போ நாங்க எங்க பஸ்ல ஏறுறது? என்னோட வெறுப்பை எனக்குள்ளேயே அடக்கிகிட்டு அவர் பக்கம் உர்ருன்னு பார்த்தேன்.

அவர் இன்னொரு முறை கேட்டார். “நீங்க வயசுப் பசங்க! கொஞ்சம் அனுசரிச்சு போகணும்”என்றார்.

அவருக்கென்ன, முதல்லர்ந்தே நின்னுட்டுதானே இருக்காரு. இங்க என்ன மட்டும் தான் கேட்கணுமா?. வேற யாரும் இல்லையா?, சுற்றி முற்றிப்பார்த்தேன். அனைவரும் வயசானவங்க, பெண்கள், குழந்தைகள்.. இப்பவே என்னோட தத்தளிப்பை எல்லாரும் கவனிச்சுட்டுவராங்க. தியாகமென்பது விருப்பப்பட்டு செய்யணும், இந்தமாதிரி வற்புறுத்தி செய்யக்கூடாதுன்னு மனம் வெதும்பினேன். ஏதும் தெரியாத மாதிரி ஜன்னலின் வெளியே பார்த்துக் கொண்டிருந்தேன். யாரும் பேசவில்லை. பஸ்ஸில் லைட் அணைந்தது. மனிதர்கள் அனைவரும் நிழல் போல் தோற்றமளித்தார்கள்.

என் பக்கத்தில நிற்கும் வயசானவளைப் பார்ப்பதற்கு முயற்சி செய்தேன். குள்ளமாய் பூமியில் இறங்கிய சிலையின்

நிழல்போல் இருந்தாள். தேவையில்லாத விஷயங்களை ஏன் யோசிக்க வேண்டுமென மனதை அதிலிருந்து திசை திருப்ப முயற்சி செய்தேன். நாளைக்கி ஹைதராபாத் போய் சேரலாம். இந்த ரெண்டு நாட்களும் நின்றகொலனில் கழிக்கையில் அந்த வாழ்க்கைக்கும், இந்த வாழ்க்கைக்கும் இடையில் இருக்கும் வித்தியாசத்தை உணர்ந்தேன். கிராமம் சலனமற்ற தடாகம் போல் சலனமற்று இருந்தது. பட்டினம் துள்ளிக் குதிக்கின்ற நதியைப் போல் இருந்தது. அங்கு எதுவுமே ஒரு நொடி கூட நிற்காது. இங்கு ஏதும் கொஞ் சம்கூட அசையாது.

யோசனைகளை தகர்த்தெறிந்து பஸ்ஸில் லைட்டுகள் எரிந்தன. பஸ் நின்றது. சிலர் இறங்கினார்கள்.

லைட்டின் வெளிச்சத்தில் என் பக்கம் நிற்கின்ற வயதானவளைப் பார்த்தேன். முழுதும் வெளுத்த கூந்தல். வெள்ளையாக வெளிறிய, சுருக்கம் நிறைந்த உடல், தடியான மூக்குக் கண்ணாடி, தோள்களில் புடவையைப் போர்த்தியபடி பயந்து ஒதுங்கிய அவளைப் பார்த்ததும் கொஞ்சம் பரிதாபமாக இருந்தது. நான் எழுந்து அவளை உட்காரச் சொன்னேன். முதலில் கொஞ்சம் தயங்கினாலும், பிறகு அமர்ந்தாள்.ரொம்பக் களைப்பாக இருந்தாள். முகத்தில் வேர்த்துக் கொட்டியது. மீண்டும் பஸ் கிளம்பியது. லைட்டுகள் அணைக்கப்பட்டன. போதுமான அளவுக்குத் தென்றல் உடலைத் தழுவுகிறது. நினைவுகள் எங்கேயோ பறந்தன.

சட்டென அந்த வயதானவளின் ரூபம் நினைவுக்கு வந்தது. பெரிய கண்கள், வெள்ளை உடல். முன்னாட்களில் எங்கயாவது பார்த்தோமா எனத் தெரியவில்லை, எவ்வளவோ நினைவு படுத்தினாலும் நினைவுக்கு வரவில்லை. மீண்டும் மீண்டும் முயற்சி செய்தாலும் முடியவில்லை.

சிந்தனைகளுக்கு குறுக்கே வந்து “ஜோடு காலுவலு” என கண்டக்டர் சத்தமிட்டான். அட.. அதற்குள் பீமவரம் வந்துடுச்சே! லைட்டுகள் மீண்டும் எரிந்தன. வயதானவள் மெதுவாக எழுந்து இறங்கினாள். இந்த முறை உற்றுப் பார்த்தேன். ஆமாம். இவளை எங்கேயோ பார்த்திருக்கிறேன். நன்றாகத் தெரியும். ஆனால் நினைவுக்கு வரவில்லை. அடுத்த நிறுத்தத்தில் சூட்கேஸுடன் இறங்கினேன்.

குழப்பமான சிந்தனைகள்.. சட்டென நின்றேன்.

“வாத்தியாரின் மனைவி... ஆமா வாத்தியாரம்மா” நினைவுக்கு வந்தது.

கண்டிப்பா சுப்பையா வாத்தியார் மனைவிதான். ஓஹ்.. கண்டிப்பா அவள் தான்.. அவளே தான். ஆனால் அந்தப் பொலிவு, நிறம், பெரிய கண்கள், மனுசங்களை நிக்கவைத்து ‘படாறென’ பேசும் அவளது பேச்சு இதெல்லாம் என்னாச்சு. ஏதேதோ நினைவுகள்.. மெல்லத் தலைவலி ஆரம்பமானது.

தங்கை ‘சுஜா’ வீட்டுக்குச் சென்று வாத்தியாரின் மனைவி, ‘வாத்தியாரம்மா’ பற்றி விசாரித்தேன்.

“ஆறு வருடங்களுக்கு முன்பே சுப்பையா வாத்தியார் இறந்துட்டாரு. உனக்கு கடிதம் கூட போட்டேன். ஞாபகம் இல்லையா அண்ணா!” என்றாள் சுஜா.

“அந்தக் கடிதத்தை பார்த்த மாதிரி இல்லையே”என்றேன்.

“வாத்தியார் இறப்பதற்கு முன்னாடி நாலு வருஷமா உடல் நலம் சரியில்லாம அவதிப்பட்டார். ட்யுஷனுக்கு வரும் பிள்ளைகளின் எண்ணிக்கை குறைந்தது. அவரது மனைவி வாத்தியாரம்மாதான் சிலருக்கு பாடம் சொல்லுவார். இதற்கு ஏத்தவாறு, ராதா தெரியுமில்லே! வளர்ப்பு மகள். அந்தப் பொண்ணுக்கும் கல்யாணம் செஞ்சாங்க. கணவன் நல்லவன் கிடையாது. வரதட்சணை நல்லாவே குடுத்தாங்க. அதனால என்ன பலன்? அவன் குடிகாரன். எல்லாக் கெட்ட பழக்கங்களும் இருந்திருக்கு. சம்பாதிச்சு கட்டின வீட்டைக் கூட வித்துட்டாங்க. வாத்தியார் ஒரு வருஷம் நோயினால் கட்டிலில் படுத்த படுக்கையா இருந்தாரு. ஊர்க்காரங்க முடிஞ்சவரை உதவி செய்ய முயற்சி செஞ்சாலும், வாத்தியார் தன்மானத்தினால் அதை ஏற்க மறுத்துட்டாரு. உங்க பிள்ளைகளுக்கு படிப்பு சொல்லித்தராம வெறுமனே எப்படி வாங்குவது?ன்னு மறுத்துட்டாரு.” நான் திகைப்புடன் கேட்டுக் கொண்டிருந்தேன்.

“அவரின் இறப்பு ரொம்ப கொடுமையாக நிகழ்ந்தது. அடைமழை பெய்தது. அவர் காலையில் இறந்துபோனார், மாலை வரை பிணத்தை எடுக்க நாதியில்லை. உனக்கு ஞாபகம் இருக்கா? ட்யுஷனுக்கு வராமல் அடம்பிடிக்கும் குழந்தைகளை இழுத்துட்டு வரும் யமதூதர்கள் சூரியும்,

நாகேசும். அவங்க இப்போ ஊர்ல கூலி வேலை செஞ்சுட்டு இருக்காங்க. கடைசிலே அவங்கதான் பிணத்தை தூக்க முன்வந்தாங்க.”

வாத்தியார் இறப்புக்கு பின் அவரது மனைவி பீமவரத்தில் இருக்கும் அவளின் மகளுடைய வீட்டுக்கே வந்துட்டாங்க. நான் ரெண்டு வருஷத்துக்கு முன்னாடி ரோட்டுல பார்த்தேன். மொதலில் என்னை அடையாளம் கண்டுபிடிக்கவில்லை. பிறகு தெரிஞ்சும் ரொம்ப நேரம் முகத்தில் எந்த உணர்வும் காட்டிக்கல. வீட்டுக்கு வரசொன்னாலும் வரல. பீமவரத்துலேயே இருக்கிறதா விஷயம் தெரிஞ்சுது. ஆனால் எங்குன்னுதான் தெரியாது.” என்றாள் சுஜா.

மனம் நொறுங்கிப் போனது. ஏதோ சாப்பிடணுமேன்னு சாப்பிட்டு விட்டு ஸ்டேஷனுக்கு வந்தேன். விசாகா எக்ஸ்பிரஸ் ஒரு மணி நேரம் தாமதம் ஆனது. பீமவரத்தில் ஒருநாள் தங்கி வாத்தியார் மனைவியைப் பார்க்க வாய்ப்புமில்லை. நடைமேடை முடிவற்ற வாழ்க்கையைப் போல் கருப்பாக, இருள் சூழ்ந்து நீண்டு இருந்தது. இருளில் அங்கங்கே மின் கம்பத்தின் நிழலைப் போல் மனிதர்கள், எங்கோ நடந்து செல்கின்றனர். இருட்டுல் ஒரு சிமெண்ட் பலகையில் அமர்ந்தேன்.

சுப்பையா வாத்தியாரின் ட்யுஷன் எங்களுக்கு பள்ளிக்கூட நேரத்தை விட அதிகம். மாலையில் பள்ளியிலிருந்து வந்து ஆட்டம் பாட்டம் முடிந்ததும் குளியல், சாப்பாடு அனைத்தையும் முடித்துக்கொண்டு ஆறரை மணிக்கு ட்யுஷனில் இருக்க வேண்டும். ஒரு நிமிடம் தாமதம் ஆனாலும் பிரம்படிகளும், தொடை கிள்ளுவதிலிருந்தும் தப்பவே முடியாது.

சுப்பையா வாத்தியார் செம்மஞ்சள் வண்ணத்தில் கம்பீரமாகத் தோற்றமளிக்கும் நீளமான உடல்வாகு கொண்டவர். சுமார் ஐம்பது வயசு. அப்பவே முடி முழுக்க வெளுத்துப்போனது. திண்ணையில் சமணக்கால் போட்டு அமருவார். ஒரு கையில் பிரம்பு. இன்னொரு கையில் சுருட்டு. கடவுளின் படத்தின் முன்பு ஊதுவத்தியைப் போல் அவரது கையில் எப்போதுமே சுருட்டு புகைந்துகொண்டே இருக்கும்.

நடுநடுவில் கண்களைச் சுருக்கி ஏதேதோ ஆழ்ந்த சிந்தனையில் மூழ்கிப் போவார். அந்த நேரத்தில் வாயிலிருந்து புகை நன்றாக வரும். சட்டென இடது கையில் சுருட்டை வெளியே எடுத்து "டேய் படியுங்க டா" என இடி இடிப்பது போல் கத்துவார். மீண்டும் அனைவரும் சத்தமாகப் படிப்போம். நாங்கள் படிக்கும் சப்தம் குளவிகள் கூட்டமாக மிக்க இரைச்சலுடன் ரீங்காரமிடுவது போல் ஒலிக்கும். கால் மணி நேரம் கழிந்ததும் அந்தச் சப்தம் கொஞ்சம் குறையும். இன்னொரு கால் மணி நேரத்தில் முழுதாகக் குறைந்து விடும். சுற்றுமுற்றிப் பார்ப்பதும், பேச்சுகளும் மீண்டும் தொடரும். கொஞ்ச நேரத்துலேயே இன்னொரு அதட்டல் கேட்டதும் மீண்டும் இரைச்சல் தொடங்கும்.

ஊரில் அதிகப்பேர் படிப்பது சுப்பையா வாத்தியார் ட்யுஷனில்தான். அங்குகூட வகுப்பு வாரியா ட்யுசன் நடக்கும். அதற்கு லீடர்கள் வேறு. வாத்தியார் சாப்பிடப் போனதும், லீடர்களின் ராஜ்ஜியம்தான். வாத்தியார் தம்பதிகள் இருவரும் உரையாடிக் கொண்டே சாப்பிடுவார்கள். இதற்கிடையில் நாங்கள் குசுகுசுவெனு கதைகள், ஊர்பட்ட விஷயங்களைப் பேசி உலகத்தைச் சுற்றி வருவோம்.

லீடர்களுக்கு நாங்கள் சாப்பிட கொண்டு வந்த நொறுக்குத் தீனிகளை ஈடாகக் குடுப்போம். அதுக்குப் பதிலாக நாங்கள் படிக்கவில்லையென்றாலும் பெரிதாக கண்டுகொள்ள மாட்டார்கள். அவர்களுக்கு ஈடு எதும் கொடுக்காதவர்களையும், அவர்களுக்கு கட்டுப்படாதவர் களையும் மட்டும் வாத்தியாரிடம் போட்டுக் கொடுத்து கோபத்தை தீர்த்துக் கொள்வார்கள். இதுபோன்ற பஞ்சாயத்து இரவு எட்டு மணிவரை தொடரும். மெதுவாக தூக்க தேவதை மலையேறும்.

"சீத்தம்மா" சாமி வந்துடுச்சி, வாத்தியார் கத்துவார். தூக்கத்தில் தள்ளாடும் சீதை திடுக்கிட்டு மடமடவென மறுபடியும் படிப்பாள். மேலும் நெறைய பேர் தள்ளாடுவார்கள். ஒன்பது மணி அடித்ததும் "படுங்க" எனச் சத்தம் கேட்கும். உடனே பசங்க அனைவரும் ஒரே நேரத்தில் எழுந்து படுக்கையின் பக்கம் ஓடுவார்கள்.

காலையில்தான் கண்விழிப்பார்கள். மீண்டும் ஒரு மணி நேரம் படிப்பு, அதன் பிறகு வீட்டுக்குச் செல்வது. இப்படிப்

பல ஆண்டுகள் ‘சூரியனுக்கு உதயம், அஸ்தமனம் போல்’ எங்களுக்கும் அப்படியே வரிசை தவறாமல் ட்யுஷன் நடந்தது. இப்படி ட்யுஷனில் பல அனுபவங்கள். ஹோம் வொர்க் செய்யாதவர்களுக்கும், பாடத்தை ஒப்பிக்காதவர்களுக்கும் தண்டனைகள் கொடுமையாக இருக்கும்.

வாத்தியார் தொடையைக் கிள்ளினால்.. பசங்க கால் விரல்களில் நின்று விடுவார்கள். இந்தத் தண்டனைகளுக்குப் பயந்து ஒரு முறை ராஜு எனும் பையன் மூன்று நாட்களாக ‘காய்ந்த பனைமட்டைக் குவியலில்’ பதுங்கினான். இரவில் ஏதாவது திண்ணைகளில் படுத்துக்கொள்வான். கடைசியில் ஒரு நாள் கையும் களவுமாக மாட்டினான். தண்டனை பெரிதாக இருக்குமென்று அனைவரும் எதிர் பார்த்தோம். ஆனால் வாத்தியார் அவனை மன்னித்துவிட்டார். இடையிடையில் ஞாயிறன்று ட்யூஷன் பிள்ளைகளெல்லாம் இணைந்து ஜாலியான நிகழ்ச்சிகள் இடம்பெறும். கதைகள், ஆட்டங்கள், பாட்டுகள் போன்றவற்றை நன்றாக நடத்துவார்.

வாத்தியார் சொன்ன ஒதெல்லோ, மெக்பத் போன்ற நாடகங்கள் இன்னும் நினைவில் இருக்கின்றன. ஒதெல்லோவின் மனைவி உலகழகி. தண்ணீர் குடித்தால் அது தொண்டைக் குழியில் தெரியுமாம், அவ்வளவு வெள்ளையான, தெள்ளத் தெளிந்த உடல் கொண்டவளென்று வர்ணனை செய்வார். பெண் மெக்பத் தூக்கத்தில் நடந்து “அரேபியாவில் இருக்கும் அனைத்து வாசனாதிரவியங்களையும் ஊற்றி கழுவினாலும் இந்த ரத்தத்தின் வாசம் போகாது” என்ற வசனம் இன்னும் எனது ஆழ்மனதை விட்டு நீங்கவில்லை. ஹெச்.ஜி.வேல்ஸின் ‘டைம் மிஷன்’, பிரேம் சந்தின் ‘கோதான்’, தாக்ரோரிணி ‘கோரா’, குரஜாடாவின் ‘கன்யசுல்கம்’, ஜகதீஷ் சந்திர போஸ், சி.வி.ராமன், ஸ்ரீனிவாஸ் ராமானுஜம் பற்றி, இந்தியாவின் சரித்திரம், செழுமை பற்றி, ஒரு வார்த்தையில் சொல்ல வேண்டுமென்றால் இந்த முழு உலகையும் எங்களுக்கு முழுமையாக அறிமுகம் செய்தது வாத்தியார்தான்.

‘வாத்தியாரின் மனைவி’ மிகுந்த அன்புடன் ட்யுசன் குழந்தைகளைப் பார்த்துக் கொள்வார். சில கீழ் வகுப்பு மாணவர்களுக்கு அவர் பாடம் எடுப்பார். ஞாயிறு மதியம் ரெண்டு மணிக்கு வரும் ரேடியோ இசையைக் கண்டிப்பாக கேட்போம். புரியாத விஷயங்களை விளக்குவார். இடையிடையில் இரவு படுக்கும் வேளையில் நல்ல நல்ல

கதைகளையும் சொல்லுவார். பாட்டுகள் பாடுவார். அவள் நாட்டுப்பற்று பாடல்களை இனிமையாகப் பாடுகையில் கேட்டாகவேண்டும்.

'ராதா' எனும் சிறு குழந்தையை வாத்தியார் தம்பதியினர் நீண்டகாலத்துக்கு பிறகு எடுத்து வளர்த்தனர். பெரிய கண்களுடன் அழகாக இருப்பாள். சின்னஞ்சிறு வார்த்தைகள் பேசுவதைக் கேட்க செல்லம் கொஞ்சுவது போல் இருக்கும். எங்கள் அனைவருக்கும் ராதா சொர்க்கத்திலிருந்து இறங்கிவந்த தேவதை போல் இருந்தாள். அந்தக் குழந்தை கூட விளையாட நாங்கள் அனைவரும் போட்டிப்போடுவோம்.

சுப்பையா வாத்தியாரிடத்தில் படித்த எங்கள் அனைவரின் மனதிலும் ட்யுஷன் அனுபவங்கள் நீங்கா இடம் பிடித்தன. எப்போதும் யாரை அழைத்துப் பேசினாலும் அவர்களது பார்வையிலிருந்து அவரவர் அனுபவங்களைப் பகிர்வார்கள்.

"ஹைதராபாத் செல்லும் விசாகா எக்ஸ்பிரஸ் சில நிமிடங்களில்" கீச்சு குரலோடு ஒரு பெண் அறிவித்தாள். சட்டென அந்தச் சிந்தனைகளிலிருந்து மீண்டு வந்தேன்.

ரயிலின் சீட்டில் தூக்கம் வரவில்லை. தங்கை சொன்ன வார்த்தைகளே திரும்ப திரும்பக் காதில் ஒலித்தன. "ஐயோ! சுப்பையா வாத்தியாரு இறந்துட்டாரு. உயிருடன் இருக்கும்போதே ஒரு முறை பார்த்திருந்திருக்கலாம்.''

வாத்தியார் எங்கள் ஊருக்கு வருவதற்கு முன்னால் ஊரில் உள்ள படிப்பாளிகளை விரல் எண்ணிக்கையில் எண்ணி விடலாம். சுமார் முப்பத்தி ஐந்து வருடங்கள் அவரின் கடும் உழைப்பினால் பல பேர் உயர் படிப்புகளை முடித்தார்கள். சிலர் காவல் மற்றும் அரசாங்கம், தொழிற்சாலை மற்றும் பிற துறைகளிலும் தற்போது உயர்அந்தஸ்தில் உள்ளார்கள். வாத்தியாரின் ஒழுக்கம் எங்களை அக்கணம் சிரமப்படுத்தினாலும் அவர் சொல்லிக் கொடுத்த படிப்பு வருங்காலத்துக்கு 'அடிக்கல்' இட்டது. நாங்கள் இன்று இது போன்ற நல்ல நிலையில் இருப்பதற்கு அவர் போட்ட படிப்பு பிச்சைதான் காரணம். ஆனால் அப்படிப்பட்ட வாத்தியார் குடும்பம் இத்தனை துயரங்களுக்கு ஆளாகின்ற போது பலனைப் பெற்ற அனைவரும் எந்த உதவியும் செய்ய முடியவில்லையே என்ற வருத்தம் எங்களின் இதயங்களை வாட்டி எடுத்தது.

எப்பவோ ஆழ்ந்த உறக்கம், பைத்தியக்காரக் கனவுகள் அங்கேயே பெரிய மைதானம், இருள், ஒளியின் நடுவில் வெம்பா. வெம்பாவினூடே அனைவரும் நல்ல உடுப்புகளுடன், கணவர்களுடன், மனைவிகளுடன், குழந்தைகளுடன், மகிழ்ச்சியில் துள்ளிக் குதிக்கின்றனர். பெரிய விருந்து நடப்பது போல் இருந்தது.

அதோ சூபரிடென்ட் ஆஃப் போலிஸ் வெங்கட், போலீஸ் உடையில் கம்பீரமாக உள்ளான். ஏதோ அவனது தற்பெருமையை அடித்துக் கொள்கிறான். அவனது கீழ் அதிகாரிகள் அவனுக்கு கீழ்ப்படிவது போல் நடிக்கின்றனர். அவன் மிகக் கஷ்டப்பட்டு படித்தவன் என்றும், எப்போதும் கிளாஸ் பர்ஸ்ட் அவன்தானென்றும் உருட்டுகிறான். திருட்டு பையன். ட்யுஷனில் குழு லீடராக இருக்கையில் எப்போதும் எங்களிடம் லஞ்சத்தைப் பிடுங்குவான். மேலிடத்தில் எப்படி ஏமாற்றுவது என்பது அவனுக்கு கைவந்த கலை.

'ராஜு' கருப்பாக, பெரிய உருவம். சாப்பாட்டை நல்ல கட்டு கட்டுறான். சாராய காண்ட்ராக்டராக இருந்து நெறைய சம்பாதித்தான். ஒரு காலத்தில் படிப்பு வராமல் காய்ந்த பனைமட்டை குவியலில் பதுங்கியது இவன்தான்.

அதோ, சுப்பாராவ்... வகுப்பிலும், ட்யூஷனிலும் அவன்தான் முதல் மாணவன். நன்றாகப் படிப்பான். இப்போது பெரிய கம்பெனியில் மேனேஜராக வேலை செய்கிறான். டிப்டாப்பாக ரெடி ஆவான். ஆனால் மேலும், கீழுமாய்ப் பார்த்தபடி மனைவியின் முந்தானையைப் பிடித்து சுத்துகிறான்.

'லட்சுமி'...உடல் முழுக்க தங்கத்தை வாரி இறைத்து இருக்கிறாள். பட்டு சேலைகள் விலை பற்றி ஓயாமல் பேசுகிறாள். அதோ தூங்கு முஞ்சி சீதா ஜோராகச் சுற்றித் திரிகிறாள். ஒரு வேளை பகல்ல நல்லா தூங்கிட்டு வந்திருப்பா போல.

அனைவரும் ட்யுஷனில் படித்தவர்களே. சிலர் ஜோராகவும், இன்னும் சிலர் கம்பீரமாகவும், சிலர் பதற்றமாகவும், சிலர் திருட்டு முழிமுழித்துக்கொண்டும், சிலர் வேடிக்கையாகவும் இருக்க பார்ட்டி ஜோராக நடைபெற்றது. மணமணக்கும் உணவு வகைகள், நொறுங்குத் தீனிகள், ஹாட்ரிங்க்ஸ், டான்ஸ்.

பார்ட்டியின் இடையில், கதகதப்புக்காக விறகுகளால் தீ மூட்டினார்கள். அந்த நெருப்பின் மீது வாத்தியாரின் பிணம், வாத்தியாரின் கனத்த உடல். நீண்ட நேரம் பற்றவைத்தும் எரியவில்லை. அதை யாரும் பெரிதாக கண்டுகொள்ளவில்லை. தலையாரிகள் ரெண்டு பேர்.. நாகேசு, சூரி. உடல் முழுக்க வேர்த்துக் கொட்டியபடி வாத்தியாரின் உடல் மேல் விறகுகளை அடுக்கினார்கள். நெருப்பு கப்பெனப் பற்றி தீப்பிழம்புகள் உயரத்தில் எழுந்தது. ஆனால் பிணம் மட்டும் எரியவில்லை. நாகேசும், சூரியும் அங்கிருக்கும் அனைவரையும் உதவிக்கு வருமாறு அழைத்தார்கள். ஆனால் யாரும் வரவில்லை. அவரவர்கள் போக்குக்கு குஷியாகவும், ஆனந்தமாகவும் இருந்தார்கள். நானும் அந்த மூலையில் இருந்தேனே தவிர, இந்தப் பக்கம் திரும்பிப் பார்க்கவில்லை.

சட்டென திடுக்கிட்டு எழுந்தேன். முகம் முழுக்க வேர்த்துக் கொட்டியது. வெளியே பார்க்கையில் விடிந்திருந்தது. ரயில் தொடர்ந்து முன்னால் நகர்ந்தது.

மறுபடியும் பீமவரம் வருவதற்கு நாலு மாசம் ஆனது. இம்முறை வாத்தியாரின் குடும்பம் எங்கிருந்தாலும் கண்டுபிடிக்கணும். நியூயார்க் விமானத்தில் போக டிக்கெட்டுகளையும் வாங்கிவிட்டேன். இன்னும் ஒரு வாரம்தான் இருக்கு. இப்போ சந்திக்க முடியவில்லையென்றால் இனி வாழ்நாளிலே எப்போதுமே சந்திக்க முடியாது. ஒரு பொழுது முழுக்கத் தேடினேன். கடைசியில் சேரும் சகதியுமான பகுதியில் ஒரு தெருவில் அவரின் வீடு இருந்தது. கதவைத் தட்டினால் ஒரு பெண் வந்து திறந்தாள். குள்ளமாக, வெள்ளையாக, பருத்த உடல்வாகுடன் சுமார் முப்பது வயதான பெண், ஆனால் இளமையிலேயே முதுமைத் தோற்றத்தில் இருந்தாள். உள்ளுக்கு சொருகிய கண்கள், சுற்றிக் கருப்புக் கோடுகள் துயரமாக, பரிதாபமாக இருப்பது போல் இருந்தது. அந்தக் கண்களைப் பார்த்தால் எங்கேயோ பார்த்தது போல் நினைவுக்கு வந்தது. அழுக்குப் படிந்த கைத்தறிச் சேலையைச் சரி செய்துகொண்டு "யார் வேணுங்க?" எனக் கேட்டாள். பேச்சு சாமான்னியமாக இருந்தது.

"சுப்பையா வாத்தியார் வீடு இது தானே? எனக் கேட்டேன்.

'ஆம்' என்பதாகத் தலை அசைத்தாள்.

"நீங்க" என்றேன்.

"அவரோட பொண்ணு" எனச் சொன்னாள்.

'ஆம்' ராதை தான். எங்க ட்யுஷன் பசங்க "கற்பனை சொர்க்கத்தில் அழகான பாப்பா" ச.. வராம இருந்து இருக்கலாம். இனிமையான நினைவுகள் உடைந்து சிதைகின்றன.

'உள்ள வாங்க' என்றாள் ராதா.

உள்ளே போய் அமர்ந்த பிறகு 'வாத்தியார் மனைவி இல்லையா?' என்றேன்.

"அம்மா நல்லாதான் இருந்தாங்க, திடீர்ன்னு இறந்துட்டாங்க" என ராதா சொல்லத் தொடங்கினாள்.

"நாலு மாசத்துக்கு முன்னாடி, ஒரு நாள் கணப்பவரத்தில் தெரிஞ்சவங்க கிட்ட என் வீட்டுக்காரருக்கு வேலை விஷயமாக பேசுறதுக்கு 'உடம்பு சரி இல்லே வேண்டாமுனு சொன்னாலும் காதுல வாங்காம போனாங்க.' கோடை வெயில், இதுல ரத்தக்கொதிப்பு வேற இருந்தது. ரொம்ப சோர்ந்துபோய் ராத்திரி வீட்டுக்கு வந்தாள். அப்போதான் மாரடைப்பு வந்தது. அந்த ராத்திரியே அம்மா இறந்துபோனாள்" என்றாள்.

என் இதயத்துடிப்பு எனக்கே கேட்க, "எந்த நாள்?" எனக் கேட்டேன்.

"மே முப்பதாம் தேதி" என்றாள்.

ஆம். அந்த நாளேதான்..அந்தச் சாயங்காலம்தான்.. அது நான் பஸ்ஸில் இடம் குடுக்காத நாள்தான்.. அன்னைக்கி என்னால்தான்.. வாத்தியாரின் மனைவி இறந்து போனாங்க. இதை நினைத்து, கண்ணில் நீர் கசிந்தது.

ராதையின் பக்கம் கண்ணை உயர்த்திப் பார்க்க முடியவில்லை. என் விசிட்டிங் கார்டைக் கொடுத்து ஏதாவது உதவி தேவைப்பட்டால் லெட்டர் போடச் சொல்லி வெளியேறினேன். வாத்தியாரின் கடன் தீர்ப்பதெல்லாம் ஒரு பக்கம் இருக்கட்டும், என்னால்தான் வாத்தியாரின் குடும்பத்துக்கே அநியாயமே நடந்திருக்கு.

அனைவரோடும் சேர்ந்து .. சலசலவென எரியும் வாத்தியாரின் குடும்பத்தின் மீது நானும் ஒரு விறகுக்

கட்டையை எறிந்தேன்! இந்தப் பாவத்துக்கு விமோசனமே கிடயாதா? நான் செய்தது என்ன? ஒரு நொடி சௌகரியத்துக்காக பக்கத்தில் நின்றவர்களுக்கு சிறு உதவி செய்யாமல் விட்டுவிட்டேன். வலியுடன், பொறுமையின்றி நாட்கள் கழிந்தன. மனதிலே வாத்தியார் தம்பதிகளுக்கு அஞ்சலி செலுத்தினேன்.

"என்னை மன்னியுங்கள் வாத்தியாரே. இந்தக் கூட்டத்தில் ஒரு சொட்டு நீர் நான், இந்த மாபெரும் உலகில் ஒரு சிறிய மண் துகள் நான். ஒரு நொடி சௌரியத்தை விட்டு விலகாத சுயநலவாதியும், சாமானியனும் நான். வாத்தியாரே, என்னை மன்னித்து விடுங்கள்'"

"வாட் ஹாப்பென்ட் டு யு!" 'லீ' கரத்தின் ஸ்பரிசம் எனது தோளைத் தட்டியது..

யதார்த்த உலகை வந்தடைய சற்று தாமதம் ஆனது. விஷயத்தைக் கேட்ட லீ எளிதாக,

"அப்படின்னா உங்க கிரீன் கார்டைத் தடை செய்யணும், நீங்க முழு அமெரிக்கன் கிடையாது" என்று சிரித்தான்.

"எங்களுக்கு மட்டும் கடந்த கால நினைவுகள், அனுபவங்கள் இருக்காதா? ஆனால் இங்கே அதோட சம்பந்தம் கிடையாது. பணம்தான் சந்தோஷத்தைக் குடுக்கும். அதுக்காக வாழ்க்கையின் இறுதி வரை ஓடுவது மட்டும்தான் நம்ப வேலை" என்றான் 'லீ'

அதன் பின்னரும் எதற்கென்று தெரியவில்லை, சமாதானமாக முடியாமல் தவித்தேன். ஜன்னலிலிருந்து பார்த்தால் பனி இன்னும் பொழிந்தபடியே இருந்தது. ஏதோ வேதத்தின் ஒலி காதில் ஒலித்துக்கொண்டே இருந்தது.

மாத்ரு தேவோபவ!...
பித்ருதேவோபவ..
ஆச்சாரிய தேவோபவ..

காதில் ஒலித்துக் கொண்டே இருந்தது. எதிரில் கணினியில் வண்ணச் சுழல்.

லுப்தன்சாவில் அமெரிக்கா பயணம், ப்ளோரிடா கடற்கரையில் சுற்றுலா, வாஷிங்டனில் காப்பிடல் ஹில், வைட் ஹவுஸ் அருகில் புகைப்படங்கள், நியூயார்க்கில் கெஸ்ட் ஹௌஸ் உரையாடல்கள், டைம் ஸ்க்வைர் நைட் க்ளப், ஸ்டச்சு ஆஃப் லிபர்ட்டிக்கு ஸ்டீமரில் பயணம், பிராட்வேயில்

பாந்தம் ஒபேரா, நச்சுரல் ஹிஸ்டரி அருங்காட்சியகத்தில் டைனோசர்,பார்ட்டிகள், கெட் டு கெதர்கள்.. பார்த்ததும், ரசித்ததும். கண்கள் சுற்றி, மனதைச் சுற்றி வலம் வருகின்றன.

எங்கிருந்தோ பனங்காடைப் பறவையின் ஒலிகள்.. எங்கிருந்தோ ஊர் அழைத்தது.. அம்மா அழைத்தாள்.. குழந்தைப் பருவம் அழைத்தது.. தென்னங்கீற்றுகள் அழைத்தன.. கண்மாயில் தண்ணீர் அழைத்தது.. வாத்தியார் அழைத்தார்.. என் ஆசானே!

வாத்தியார் ட்யுஷன் பிரிவு உபச்சார நாளில் எங்களுக்காகப் புத்தரை பற்றிய புத்தகத்தை வாசிக்கையில் "எத்தனையோ நாட்களில் உறக்கத்தை மறைத்துக்கொண்டு, நடுங்கும் உதடுகளுடன் ஆனந்தன் தாழ்மையாக,

"இந்தப் பூமியையும், உலகத்தையும் தூய்மையாக்க நீங்கள் அவதாரம் எடுத்தீர்கள். எங்களைப் பந்தங்களிலிருந்து விடுவித்து, ஞானத்தை வழங்கி இப்படி நடுவில் எங்களை விட்டு விலகுவது நியாயமா?" என்று கேட்டான்.

போதகர் சோர்வான முகத்தில் புன்முறுவலை வரவழைத்து,

"புத்தரின் போதனைகளை பற்றி நீ அறிந்தது இது தானா ஆனந்தா? உங்களுக்கு இதுதான் எனது இறுதிப் போதனை. சேர்ந்திருக்கும் அனைத்தும் பிரியாமல் வாழ இயலாது, பிறந்த அனைத்தும் ஒரு நாள் இறந்தே போகும். நிரந்தரமானவை ஏதும் இல்லை. உயிரினங்களும், உயிரற்றவைகளும், இந்த மலைகளும், இந்தப் பூமி கூட நிரந்தரமல்ல. ஆக்கல், அழித்தல் பொருட்களின் இயல்புத்தன்மை. தர்மம் ஒன்றே நிலையானது. எவன் ஒருவன் கிடைத்த அனைத்தையும் பிறருக்கு தானம் செய்கிறானோ, அவனுக்கு அனைத்தும் வந்து சேரும். எவன் ஒருவன் ஆசைகளைத் தியாகம் செய்கிறானோ, அவன் முக்தி நிலை அடைவான். உணர்சிகளைக் கட்டுப்படுத்தும் தர்மசீலன் ஆவான், பாவத்தை ஜெயிப்பான், அவனே நிறைநிலை அடைவான்.

வாத்தியார் புத்தகத்தை படிப்பதை நிறுத்தி கொஞ்ச நேரம் கண்களை மூடினார்.. ஒரு நொடிக்குப் பிறகு கண்களைத் திறந்தார். அந்தக் கண்ணில் கண்ணீர் சரம் சரமாகக் கொட்டியது. நாங்கள் திடுக்கிட்டோம். அவர் தேற்றிக்கொண்டு "கி.பி சுமார் முன்னூறு வருடங்களுக்கு முன்பு வடக்கு இந்தியாவில் கூடி பட்டினம் அருகில்

வைசாக சுத்த பௌர்ணமி நாளில் புத்த பகவான் மஹா பர்வ நிர்வாணத்தை அடைந்தார்."

சில நொடிகள் மௌனம், பிறகு...

"விசேஷம் என்னவென்றால் அவரது பிறந்த நாளும், புத்தனாக ஞானத்தைப் பெற்ற நாளும், நிர்வாணத்தை பெற்ற நாளும் அந்த பௌர்ணமி நாளில்தான்" என்று சொல்லுவதை நிறுத்தி எங்களைப் பார்த்து..

"நீங்கள் கொஞ்சம் பெரியவங்களா ஆயிட்டீங்க. ட்யுஷனை விட்டு கல்லூரிகளுக்கு செல்கிறீர்கள். கசப்பாக இருந்தாலும் வாழ்க்கை பற்றிய சில உண்மைகளை அவசியம் தெரிந்தே ஆகவேண்டும். அவை தற்போது அவ்வளவு இனிமையாக இல்லை என்றாலும் உங்கள் மனங்கள் பக்குவநிலை அடைந்த உடன் அனைத்தும் தெரியவரும்" என்று பேச்சினை முடித்தார்.

ட்யுஷன் பிரிவு உபச்சார விழா நாளின் உரையில் அவர் படித்துக் கூறிய புத்தனின் போதனைகள் மீண்டும் எத்தனையோ நாட்கள் கழித்து நினைவுக்கு வந்தன. அந்த வார்த்தைகள் எனக்குக் கொஞ்சம் இளைப்பாறுதல் அளித்தன.

இதற்குள் மனைவியிடமிருந்து போன் "என்னங்க இன்றைக்கி சீக்கிரம் கிளம்பணும். விசேஷம் என்னனு தெரியுமில்லயா? இன்றைக்கி புத்த பௌர்ணமி, சீக்கிரம் வந்தால் கொஞ்ச நேரம் தியானம் செய்யலாம்" என்றாள்.

என்னுள் ஏதோ நூதனமான நடுக்கம் உடல் முழுக்கப் பரவியது. வைசாக பௌர்ணமி.. புத்த பௌர்ணமி.. குரு பௌர்ணமி.. இதை இறுதிவரை நினைவில் கொள்வேன். இந்தத் தூய்மையான நாளில் வாத்தியாரின் அறிவுரை வந்து சேர்ந்தது. இந்த ஜென்மத்துக்கு இது போதும்.

"இப்போ செய்ய வேண்டியது தியானம் மட்டும் கிடையாது. தாய்நாட்டுக்கு பயணமும் தான்" என்றபடி

ஃபாக்ஸில் வந்த கடிதத்தை மேல் பாக்கெட்டில் பத்திரமாக வைத்துக்கொண்டு வீடு திரும்பினேன்.

ஆமாம்... ராதையின் கடிதம் வாத்தியாரின் ஸ்பரிசம் போல் இருந்தது.

***

ஆள்காட்டி குருவி

"ஏய்! ராணி, செங்கல் தீந்துடுச்சி, இன்னொரு சாந்து சட்டியில் செங்கல் கொண்டாந்து குடு" என்றான் சாரத்தில் அமர்ந்தபடி சதீஷ்.

"அவ்ளோ அவசரம் என்ன பொறு, தரேன்னே" என வெறுப்பாகப் பார்த்தாள் ராணி.

நாலு மேஸ்திரிங்க, நாலு சித்தாள்களுடன் சுப்பராயனோட வீட்டு கட்டுமானம் மும்முரமாக போயிட்டுக்கொண்டே இருந்தது.

உச்சி வெயில் நேரம். கோடை வெயில் மண்டையைப் பிளக்கிறது. வேப்பமரத்திலிருக்கும் மைனாக்கள் 'கீச் கீச்' என ஒலி எழுப்பின.

சதீஷின் போனிலிருந்து "பொன்னான கோழிப் பொண்ணு வந்திருக்கா..ஹே பாப்பா..ஹே பாப்பா.." எனப் பாட்டு ஒலிக்கிறது. இன்னொரு புறம் வேலை நடந்து கொண்டிருந்தது.

ராணி சாயங்காலம் அனைவரும் செல்லும் வரை காத்திருந்து "சதீஷ், இந்த கதையைக் கேளு, நேத்து என் புருஷன் நல்லா குடிச்சிட்டு வந்து, என்னைப் போட்டு அடிச்சான். இங்க பாரு என் கைல, முதுகுல" எனக் காயங்களைக் காட்டினாள்.

"என்னால இதெல்லாம் தாங்க முடியல. எங்கயாவது தூரமா ஓடிப்போலாமுன்னு இருக்கு. ஆனா பொண்ணு பள்ளிக்கூடம் போயிட்டு இருக்கேனு பாக்குறேன். எனக்கு மூச்சிரைக்குது" எனக் கண்ணீர் வடித்தாள்..

"அய்யோ!" சதீஷ் பரிதாபம் காட்டினான்.

“பேட்டையில யாராவது பெரியவங்க கிட்ட நீ விஷயத்தைச் சொல்லவேண்டியது தானே!” என்றான்.

“எல்லாம் செஞ்சு முடிச்சாச்சு. அவங்களும் சொல்லிப் பார்த்துட்டாங்க. அவர் அவங்களை எதிர்த்து சண்டை போட்டாரு. உங்கள்ல யாராவது குடிக்காதவங்க இருக்கீங்களான்னு கத்துனாரு. அப்போ அவங்க மட்டும் என்ன செய்வாங்க? என்ன அடிச்சதுல பொண்ணு அழுதுதுன்னு, அவளையும் போட்டு அடிச்சாரு.” எனச் சொல்லிக்கொண்டே அவளும் தேம்பித் தேம்பி அழுதாள்.

சதீஷ் என்ன சொல்வதென தெரியாமல் குழப்பத்துக்கு ஆளாகினான்.

“சரி பொறு” என அவள் தோளில் கை வைத்து ஆறுதல் சொன்னான்.

எஸ்தெர்ராணி போதுமான உயரம், மாநிறத்தை விட ஒரு துளி குறைவான மேனி வண்ணம், கொஞ்சம் சப்பை மூக்காக இருந்தாலும், ஏதோ இனம்புரியாத அழகு அவளிடத்தில் இருந்தது. உடலில் சுறுசுறுப்பு.

அந்த ஊரில் பெண்கள் பொதுவாக காஞ்ச மிளகாய் காம்பு உரிக்கவும், மீன் பண்ணை, இறால் மீன் பண்ணையில் வலையை இழுக்கவும், சில நாட்கள் நெற் பயிர் நடுவதற்கும், அறுவடைக்கும் கூடப்போவார்கள். இவள் மட்டும் கட்டுமானத் தொழிலுக்கு சித்தாள் வேலைக்குச் செல்வாள். இடையிடையில் மேஸ்திரிகள் வேலைக்கு வரமறுத்தால் சிமெண்ட் பூச்சு வேலையைச் செய்யக்கூடத் தயங்கமாட்டாள். ராணி சின்ன வயசுலிருந்தே சுறுசுறுப்பான பெண். எட்டாம் வகுப்புவரை படித்தாள். எப்போதுமே வகுப்பில் முதல் மாணவி. முத்து போன்ற எழுத்துகள், இங்கிலிஷைக் கூட எழுத்துக் கூட்டிப் படிப்பாள். பாட்டுப் போட்டியில் சினிமா பாட்டுகளை நன்றாகப் பாடுவாள்.

“கல கல ஆத்தோட்டம்...இங்கே கலக்கல் காத்தோட்டம்.. குளு குளு காத்துக்கு குலுங்குது மெதுவா?” அவள் பாடும் பாட்டில் இந்தப் பாட்டு அனைவருக்கும் பிடித்தமானது.

ஜனகனமன, வந்தேமாதரம் போன்ற நாட்டுப்பற்று பாடல்களையும் அவள்தான் பாடியாக வேண்டும். பூவின் நறுமணம் தேன் வண்டுகளுக்குத் தெரியாமல் இருக்குமா?

ஊரில் துடிப்பான போக்கிரிப் பசங்க அனைவரும் பந்திகோடு பாலம் அருகே அவள் வருகையில் மறைஞ்சு நின்னு, விசில் அடிப்பாங்க. பத்தாம் வகுப்பு படிக்கும் முத்திப்போன மாணவர்கள் அவளை நேரம் பார்த்து கண்ணடிப்பார்கள். இந்தப் பிரச்சனைகள் இடையிடையே கைகலப்புகளாக உருவெடுத்தன. இனி எங்களால் உன்ன காவல் காக்க முடியாதுன்னு பெற்றோர்கள் படிப்பை நிறுத்திட்டாங்க. மெதுவாக கொத்தனார் வேலையில் சித்தாளாகச் சேர்ந்தாள் ராணி. இங்கேயும் அடிக்கடிச் பிரச்சனைகளை எதிர்கொண்டாள்.

ஒரு நாள், அரசாங்கம் இலவசமா குடுத்த வீட்டு நிலங்களுக்கு ஊராட்சி தலைவர் இருபதாயிரம் வசூல் செய்கையில் எதுக்குப் பணம் குடுக்கணுமுன்னு எதிர்த்தாள். மேலதிகாரிகளுக்கு புகார் மனு கூடக் கொடுத்தாள். அதிலிருந்து அவள் பெயர் ஊர் முழுக்க பரவிப் போனது. இப்போ ராணியை அனைவரும் திருட்டுப் பார்வை பார்க்கின்றனர்.

தாவீது இறால் மீன் பண்ணையில் மின் பலகைகள், காற்று புகுத்தி போன்றவற்றை பழுது பார்ப்பான். கைநிறைய வருமானமென்று ராணியை அவனுக்கு கட்டிக் கொடுத்தார்கள். நடுநடுவில் பசங்களோடு குடி, கும்மாளாமென்று சுத்துவான். இப்போது ஒவ்வொரு நாளும் குடிக்க ஆரம்பித்தான். சிலமுறை நினைவில்லாமல் படுத்துக் கிடப்பான். இரவுகளில் மின்னியற்றி பழுது பார்ப்பதற்கு போக முடியாமல் ஆனது. இதனால் விவசாயிகள் அவனை வேலைக்கு அழைப்பதை நிறுத்தி விட்டார்கள்.

கொஞ்சம் நாள் ஷேர் ஆட்டோவை ஓட்டினான். சில நாட்களில் பகலிலே குடிக்க ஆரம்பித்தான். இப்போது மனுசன் எப்போமே ஆடி அசைஞ்சி தள்ளாடிட்டிருப்பான். குடி மயக்கத்தில் ஆட்டோவினால் யாரோ கிழவன் மீது மோதியதில் வழக்கும் வந்து விழுந்தது. சில நாட்கள் ஜெயிலில் இருந்தான். ஆட்டோவின் கடன்கள் துரத்தின. ராணியினால் வேலைக்குப் போவதைத் தவிர்க்க முடியவில்லை. அவள் சம்பாதிக்கும் பணம் வாங்கிய கடனுக்கு வட்டி கட்டவே சரியா இருந்தது. ஆனாலும் அவளிடம் குடிக்கப் பணம் கேட்டு தொந்தரவு செய்வான்.

குமார் கூனபராஜு   தமிழில்: ஸ்ரீநிவாஸ் தெப்பல

இளமையிலேயே துன்பங்கள் மேலும் உச்சநிலையை அடைந்தன. தேவதைகள், பேய்கள் ஒன்று கூடி முடியை விரித்துப் பேயாட்டம் போட்டன. சைத்தானின் அட்டகாசத்தை இயேசு பரிதாபமாகப் பார்க்கிறார்.

சாமியார் ஒருவர் டி.வி.யில் தேன் கலந்த கெட்டியான பாலைக் குடித்து, "பிரேவ்" என ஏப்பம் விட்டு சுகமாக அமர்ந்து "கர்மா பலனை அனுபவிப்பதிலிருந்து தப்ப முடியாது மகனே!" என்றார்.

கனவிதுதான் நிஜமிதுதான்
உலகினிலே என யார் சொல்லுவார்?
விதி யார் வெல்லுவார்..? ஓ....ஓஓ...ஓ.
கனவிதுதான் நிஜமிதுதான்..என

கண்டசாலாவின் பாட்டு இனிமையாகவும், துயரமாகவும் போனிலிருந்து ஒலித்தது. 'சேத்' என சதீஷ் உடனே போனில் பாட்டை மாற்றினான். திடுக்கிட்டாள் ராணி.

"என்ன பகல் கனவா?" என்றான் சதீஷ்.

"இனி கனவெல்லாம் எங்க.. எல்லாம் இருட்டாதான் அகப்படுது!" என்றாள் துயரமான முகத்துடன்.

"சரி கணப்பவரத்தில் மகேஷ் பாபு படம் வந்திருக்காம். போயிட்டு வருவோமா?" என்றான்.

"என்ன சினிமாவோ எழவோ.. பொண்ணு இப்போ ஸ்கூல்லருந்து வருவா." என்றாள் எங்கேயோ பார்த்தபடி.

சதீஷ் அவங்க அம்மாவுடன் ஒரு பத்து வருஷத்துக்கு முன்னாடிதான் அத்திலி அருகே உள்ள ஒரு கிராமத்திலிருந்து இந்த ஊருக்கு வந்தான். இவர்கள் உயர் சாதி என்பதால் அவன் அம்மா வேலைக்கு போவதில்லை. சதீஷ் சின்ன வயசுலிருந்து கட்டுமானத் தொழில் சித்தாளாக வேலைக்குச் சேர்ந்தான். இப்போது படிப்படியாக மேஸ்திரியாக வளர்ந்து விட்டான். எந்தக் கெட்ட பழக்கங்களும் கிடையாது. வேலையிடத்தில் அனுபவசாலிகள் குடிகாரர்களாக உருமாறி வேலையை விட்டு ஒதுங்குகையில், இவனுக்குப் பணி உயர்வு கிடைத்தது. மற்றவர்களைக் கேலி செய்வது, ஏசுவது பழக்கமில்லை.

எஸ்தர்ராணியின் சோகக் கதையை கருணையுடன் முகத்தோடு கேட்பான். இடையிடையில் அவளுக்கு கைமாத்தாக பணத்தையும் எடுத்துக் குடுப்பான். செலவு போக மீதித் தொகையை சீட்டு போட்டு சேர்த்து வைத்தான். மெகா ஸ்டார் சிரஞ்சீவி பாட்டினை போனில் கேட்டுக்கொண்டே வேலை செய்வது வழக்கம்.

ராணியின் துயரக்கதை கேட்டு, அவளுக்குத் தன்னால் முடிந்த ஏதாவது உதவி செய்ய துடித்தான். ஒரு நாள் தைரியத்தை வரவழைத்து,

"ராணி உன் குடிகாரக் கணவனை விட்டுட்டு வந்துடு, நான் கல்யாணம் பண்ணிக்கிறேன். உன் மகளயும் நான் பத்திரமா பார்த்துக்கிறேன்." என்றான்.

ராணி கண்ணை விரித்து "என்ன விளையாடுறியா?" என்றாள் சிரித்தபடி.

"இல்ல ராணி, சாமி சத்தியமா சொல்றேன்!" என அவளது கைமேல் கை வைத்துச் சொன்னான்.

அவள் தனது கையை பின் வாங்கிக் கொண்டு "நீ உயர் சாதிக்காரன், என்னைவிட வயசுல சின்னப் பையன் வேற, எனக்கு கல்யாணம் ஆயிடுச்சி; அதுமில்லாம என்னோட துர்பாக்கியத்தை எதுக்கு உன் தலையில கட்டணும்? இந்தச் சென்மத்துக்கு இது போதும்" என ராணி பரிதாபமாகச் சொன்னாள்.

இருட்டியது.. நிலத்திலிருந்து வந்த காகங்கள் மரங்களில் அமர்ந்து கரைகின்றன.

சுருக்கமாக "நான் போறேன்" என அங்கிருந்து கிளம்பி விட்டாள் ராணி.

சதீஷும் துயரத்துடன் தன் வீட்டுக்குச் சென்றான்.

ஊர் சும்மா இருக்குமா? அரசல் புரசலாக குசுகுசுன்னு பேச்சுகள். இந்த செய்தி சதீஷின் அம்மா காதுக்கு வந்து சேர்ந்தது. லேசாக மகனைக் கண்டித்தாள்.

"அப்படி ஏதுமில்லே, அவ நல்ல பொண்ணு" என்றான்.

"கீழ்ச்சாதிக்காரங்க நம்மள வசியம் பண்ணி, பணத்தை பிடுங்குவாங்க பத்திரம்" என்றாள் அவனது தாய்.

மௌனமாக இருந்தான் சதீஷ்.

இது வேலைக்காகாதென்று அவளது தம்பிக்கு ஒரு போன் போட்டு விஷயத்தைச் சொன்னாள். அவன் அரக்க பரக்க ஓடிவந்தான். அவனோட பொண்ணு இன்னும் வயசுக்கு கூட வரல. ஆனாலும் பிரச்சனை அடுத்தவங்க காதுக்கு போகக்கூடாதென்ற எண்ணத்துல கல்யாணத்துக்கு சம்மதிச்சான். ஒரு மாசத்துல கல்யாணம் முடிஞ்சதும், அவங்க அனைவரும் அத்திலிக்குப் போய்விட்டார்கள்.

ராணியின் கண்களில் தற்போது பாதிப் பொலிவு குறைந்தது. இருள் பரவும் நேரம் ஆள்காட்டி குருவி வானின் கீழே பறந்து கொண்டே சென்றது. ராணிக்கு பயம் தொற்றியது. அவள் பாட்டி சொல்லி இருக்கிறாள். 'ஆள்காட்டி குருவி கெட்ட சகுனம்; தீங்கை விளைவிக்கும்' என்று.

ஊரில் திருவிழா தொடங்கியது. பகல் முழுக்க பக்தி பாடல்கள். சாயங்காலத்திலிருந்து கிறுக்கேத்தும் பைத்தியக்காரப் பாட்டுகளுடன் ஊர் முழுக்க ஒரே இரைச்சல்தான். மேலும் தேரோட்டம் கூட.

ராணி வேலை முடித்துவிட்டு வர, கணவன் தாவீது வீட்டில் அங்கும் இங்கும் உழன்றான். ராணி அவனது கண்ணில் பட்ட உடன் "ஒரு ஐநூறு ரூபாய் கொடு''ன்னு கேட்டான்.

"நயா பைசா கிடையாது. நானே நாடார் கடையிலிருந்து பொருட்களை கடன் வாங்கிட்டு வந்தேன்" என்றாள்.

உடனே முடியைப் பிடித்து இழுத்து 'படார் படார்' எனக் கன்னத்தில் அறைந்து.

"போய் மேஸ்திரி கிட்ட கேட்டுட்டு வா! வெறும் கைய வீசிட்டு வந்தெ.. இன்னக்கே உனக்கு கருமாதி!" என வெளியே தொரத்தி விட்டான்.

ராணி வேறு வழியின்றி, கண்ணீர் சிந்தி கொண்டே பெரிய மேஸ்திரியிடம் சென்றாள். "வழக்கமா செவ்வாய் கிழமைதான பணம் குடுக்குறது?. இப்போ கிடையாது"எனச் சொன்னான் மேஸ்திரி.

கையிலகால்ல விழுந்து ஒரு நூறு ரூபாய் வாங்கி பதற்றத்தோடு வீட்டுக்கு வந்தாள்.

வெறும் நூறு ரூபாயை மட்டும் பார்த்ததும் கோபம் சுர்ருன்னு ஏறியது தாவீதுக்கு.

"இன்னக்கி உன் கதை முடிஞ்சுது, யாரோ சின்ன மேஸ்திரியோட, வேற விவகாரமெல்லாம் நடக்குதாம், புருஷன் உனக்கு ஆகாதவன் ஆய்ட்டனா?"என முடியைப் பிடித்து அடித்தான்.

அவள் சட்டென தள்ளினாள். பின்னால் போய் விழுந்தான். எழுந்து இன்னும் கோபத்தோடு, அருவாமனையுடன் ராணியின் மேல் பாய்ந்தான். அவள் ஓரமாக ஒதுங்கி, அவனை முன்னால் தள்ளினாள். தாவீது தரையில் விழுந்து கிடந்த அருவாமனையில் குப்புற விழுந்தான். அருவாமனையின் முனை கூர்மையாக குத்தியதால் ரத்தம் கொட்டியது.

வெளியில் தேர் ஊர்வலம் பேட்டையின் பக்கத்திலிருந்து நகர்கின்றது. பறையின் சப்தம், இன்னொரு புறம் மைக்குகளின் இரைச்சல். எவ்வளவு கத்தினாலும் கேட்க யாருமில்லை.

கொஞ்ச நேரத்தில் தேறிய ராணி கணவனின் பிணத்தை தண்ணீர்த் தொட்டியின் பக்கம் இழுத்தாள். பின்னர் நாலுபேரின் உதவியுடன் அந்தச் சாயங்காலமே ஈமக்கிரியைகள் முடிந்தன. இறுதியில் ஆள்காட்டி குருவியின் ஓலம்–கெட்ட சகுனம்தான் பலித்தது.

நாலு நாளில் பண்டிகை ஆரவாரம் குறைந்தவுடன் "ராணி கணவனை கொன்றுவிட்டாள்"என மீண்டும் ஊரில் முணுமுணுத்தாங்க.

இப்போ ராணின்னா.. எல்லாருக்கும் பயம் வந்துவிட்டது; மௌனமாகச் சென்றாள் ராணி. செடி, கொடி, மரம், ஊர் அனைத்தும் அவளைக் குத்தி குத்தி பார்ப்பது போல் இருந்தது. இனி மேலும் அங்கு இருக்க முடியாமல் மகளை அழைத்துக் கொண்டு பழங்குடி கிராமத்துக்குச் சென்று விட்டாள். அங்கே தெரிந்தவர்கள் மூலம் வேறொரு இடத்தில் வேலைக்குச் சேர்ந்தாள்.

ஒரு நாள் அவர்களது ஊரைச் சேர்ந்த வேங்கடேஸ்வர ராஜூ பஜாரில் இவளைக் கண்டார்.

"ராணி, இங்கே என்ன பண்றே?" எனக் கேட்டார்.

ஒரு முறை அவரது மீன் பண்ணையில் கொட்டகை கட்டியபோதுதான் அவரை இவளுக்குத் தெரியும்.

அவளின் கதை முழுக்கக் கேட்டு "நீ நல்ல வேலைக்காரி, இங்க புதிய பஸ்ஸ்டாண்டின் பின்புறக் குடியிருப்பில் நான் புது வீடு கட்டுகிறேன். நீ மேஸ்திரியாக அங்கு வேலை பார்"என்றார்.

ராணி அதற்கு சந்தோஷமாக சம்மதித்தாள்.

ஒரு நாலு வருஷம் கழிந்தது. ராணி ஒரு பழைய ஸ்கூட்டர் வாங்கினாள். சுடிதார் அணிந்தாள். காலையில் மகளை ட்யுஷனில் இறக்கி விட்டு, அவள் வேலைக்குச் செல்வாள். மீண்டும் ராத்திரி சேர்ந்து சாப்பிடும் நேரம் தவிர்த்து மற்றபடி ஒன்றாக இருப்பதற்கு நொடி நேரம் கூட இவர்களுக்குக் கிடைப்பதில்லை.

ஒரு முறை மகள் கேட்டாளென்று 'தாபேஸ்வரம் காஜா' வாங்க ரயில் நிலையத்தின் அருகில் உள்ள 'பெதகாப்பு' ஸ்வீட் ஸ்டாலுக்குச் சென்றாள். அங்கே சதிஷ் கண்ணில் பட்டான். இருவரின் முகங்களும் ஒரு நொடி ஜொலித்தன.

"எப்படி இருக்க ராணி?" என அவளது கைகளைப் பிடித்துக்கொண்டான்.

அவள் தயக்கமாக சில நொடிகளுக்குப் பின் கைகளை விலக்கிக்கொண்டாள். இருவரும் தூரமாகச் சென்று ஸ்டேஷன் பார்க்கிங்கில் உள்ள இருக்கையில் அமர்ந்தனர்.

"நீ எப்படி இருக்க?" என அவனைக் கேட்டாள் ராணி.

அவனுக்கு இரண்டு ஆண் பிள்ளைகள். குடும்பத்தோடு திருப்பதி கிளம்புவதற்காக ஸ்டேஷனுக்கு வந்தார்களாம். ரயிலுக்கு நேரமிருக்குதென ஸ்வீட்ஸ் வாங்க கடைக்கு வந்தானாம்.

அவனை இரக்கமாகப் பார்த்து "எப்போமே நீ தான் நினைவுக்கு வருவே. உன் மனைவி ரொம்ப பாக்கியசாலி" என்றாள் ராணி.

சதீஷ் அவளது கைகளைப் பற்றி தனது கைகளுக்குள் வைத்து முத்தமிட்டான்.

"ராணி உன்னை கல்யாணம் கட்டிக்க இப்போ கூட ரெடியா இருக்கேன்" என்றான் மெதுவாக.

அவன் கை கொஞ்சம் நடுங்கியது. ராணி மீண்டும் கையை மெதுவாக இழுத்துக் கொண்டாள்.

"என் கணவன் இருக்குறப்ப நீ தனியானவன், இப்போ நான் தனியானவள். உனக்கு கல்யாணம் ஆயிடுச்சி. ப்ச்..! மதம் வேற, சாதி வேற, அப்போ காதல் மட்டும் எப்படி பிறக்கும்?" என்றாள் ராணி தூரமாகப் பார்த்துக்கொண்டே...

"நீ ரொம்ப நல்லவன் சதீஷு, நீ வாழ்க்கையில நல்லா முன்னேறணும்! இவ்வளவு தூரம் வாழ்ந்த பிறகு, இருக்கிற உறவை முறிச்சிக்கிட்டு, புதிய உறவுக்காக தேடுறது எனக்கு சரியாப் படலே." என்றாள் நிராசையாக.

இதற்குள் ரயில் அறிவிப்பு வந்தது. சதீஷ் எழுந்து போனில் எதையோ பேசிக்கொண்டு "ரயிலுக்கு நேரமாயிடுச்சு"என ஏக்கத்தோடு பார்த்தபடி கிளம்பினான். ராணி கொஞ்சநேரம் அவனையே பார்த்துக்கொண்டு இருந்தாள்.

சதீஷ், மனைவி பிள்ளைகளுடன் ஆரவாரமாக ரயிலில் ஏறினான். சின்னப் பையன் சதீஷின் கக்கத்திலிருந்து இறங்கவில்லை.

"ரொம்ப நேரமா உன்ன காணுமுன்னு அவன் ஒரே அழுகை" என்றாள் அவனது மனைவி.

இவர்கள் அனைவரையும் விட்டுவிட்டு ராணியைக் கல்யாணம் பண்ணிக்கிறேன்னு எப்படி சொல்ல முடிஞ்சதன்னு அவனுக்குள் பயமானது. அவள் இலகுவாகத் தடுத்தாள் என்பதை நினைத்து பெருமூச்செறிந்தான். ராணி எவ்வளவு நல்லவ; அவள் ஒரு தேவதையாக அவனுக்கு தோற்றமளித்தாள். கண்ணீர் வடிந்தது. மனதிற்குள் ஒரு முறை வணங்கிக் கொண்டான். காலம் கடக்கின்றது.

ராணி மேஸ்த்திரியாக நிலைத்து விட்டாள். இப்போது நன்றாகவே சம்பாதிக்கிறாள். ஒரு நொடி கூட இடைவெளி இல்லை. எப்போதாவது இரவு வேளைகளில் அவள் கட்டும் கட்டிடத்தின் மேல் தன்னந்தனியாக அமர்ந்து ரொம்ப நேரம் அந்திப் பொழுதை பார்த்தபடி இருப்பாள்.

இன்றைக்கும் அப்படி அமர்ந்திருக்கையில் 'ஆள்காட்டி குருவி' வானில் கூவிக்கொண்டே பறந்து சென்றது. அவளுக்குப் பயம் தொற்றிக்கொண்டது. நீண்டநாள் கழித்து

இந்த ஓலம் மீண்டும் காதில் ஒலித்தது. தீங்கை விளைவித்த கெட்ட சகுனம் மனதில் பட்டது.

அதே நேரம் மகளிடமிருந்து போன் வந்தது. அவசர அவசரமாக போனை எடுத்து "என்னாச்சும்மா?" எனக் கேட்டாள்.

"அம்மா இன்னைக்குத் தான் தலைமையாசிரியர் போன் செஞ்சாங்க. எனக்கு 'நூஜிவீடில, ட்ரிபுள் ஐ.டி.' யில் சீட் கிடைச்சிருக்கு', நாளைக்கே வந்து சேரச் சொல்லிட்டாங்க" என்றாள். ராணியின் மனம் முழுக்க சந்தோஷத்தில் நிரம்பியது.

இத்தனை நாள் அவளது மகள் பட்ட கஷ்டத்திற்கான பலன் கிடைத்தது.

இப்போது ஆள்காட்டி குருவியின் ஓலம் கூட இனிமையான பாடல் போல் ஒலித்தது.

***

பனி பொழிந்த ஒரு ஞாயிறு

இம்முறை பனிக்காலம் சற்றுத் தாமதமாக வந்தது. வைட் கிறிஸ்துமஸ்க்காக எதிர்பார்த்த அமெரிக்கர்களுக்கு நிராசையே மிஞ்சியது. இம்முறை ஜனவரி இரண்டாவது வாரமென்பது தாமதம்தான். பனிப்புயல் வந்தும், வராததுமா அசுர வேகத்தில் அடித்து, ஓரடி வரை பனி உயர்ந்திருந்தது.

சோர்வுடன் மக்கள் வீட்டின் வாசலில் பனியை மண்வெட்டிகளால் தகர்க்கின்றார்கள். மீண்டும் பொழியும் பனியின் மேல் மணலுடன் கலந்த உப்பினைத் தெளிக்கின்றனர். கார்களை வழுக்காமல் பத்திரமாக ஓட்டுகின்றனர்.

மரக்கட்டைகளின் மீது, ஃபைன் மரங்களின் மீது, விதவிதமான ஜன்னல்களின் மீது, உறைந்த பனி இன்னும் பரவிக்கிடக்கிறது. ஜன்னலுக்கு மேல் புதர்களில் செவ்வண்ணக் குருவிகள் சத்தமிடுகின்றன.

"அட! இந்தப் பனிக்காலத்தில் இந்தச் சின்னஞ்சிறு பறவைகளுக்கு உணவு எப்படிக் கிடைக்கும்? எங்கே தங்கும்? கோடை முழுக்க சுற்றித் திரிந்த அணில்கள் தற்போது எங்கே தங்கும்?" என வியப்படைந்தான் அரவிந்த்.

"சீக்கிரம் ரெடி ஆகணும், அவங்க நம்மை அழைச்சிட்டுப் போக வருவாங்க" என்றாள் ஆம்ரபாலி.

அரவிந்த் அமெரிக்கா வந்து மூன்று வருடங்கள் ஆகிறது. முதலில் வேலை ப்ளோரிடாவிலும், பிறகு 'அட்லாண்ட' விலும் தொடர்ந்தது. இப்போது ஆம்ரபாலியை திருமணம் செய்துகொண்டு 'நியூயார்க்'ல் குடித்தனம் வைத்தான். இந்தப் பனிப்புயல் இவர்களுக்குப் புதுசுதான். வெள்ளைப்

பாற்கடல் போல் எங்கு பார்த்தாலும் பனிதான். சின்ன வயசில் ஸ்கூலில் கிராப்ட் டீச்சர் செய்து கொடுத்த 'பனி வீடு' என்றால் அரவிந்த்க்கு ரொம்பப் பிரியம். அட்டையினால் வீடு செய்து, பஞ்சை வீட்டின் மேலும்,வீட்டைச் சுற்றியும், காய்ந்த மரக் கிளையின் மேலும் பனிபோல் ஒட்டினான். அப்படிப்பட்ட பனியைப் பார்க்கவேண்டுமென, அதில் விளையாட வேண்டுமென கனவுகள் கண்டான். இத்தனை நாள் அவன் கண்ட கனவு பலித்தது.

நேற்று முழுவதும் இந்த வெண்பனியில் விளையாடினார்கள். பாடினார்கள். 'பனிமனிதனை செய்து மூக்கிற்கு கேரட்டினை வைத்து நெற்றியில் தொப்பி, கழுத்தில் கைக்குட்டையைத் தொங்க விட்டு, சந்தோஷமாக புகைப்படங்கள் எடுத்தார்கள். பனிக்காலத்தின் தொடக்கத்தில் வந்தார்கள், அதனால் நியூயார்க்கில் பெரிதாக மற்ற இடங்கள் ஏதும் பார்க்கவில்லை.

அரவிந்தின் மனைவி ஆம்ரபாலிக்கு வீட்டில் தனிமையாக இருப்பது அதற்குள் சலிப்பூட்டியது. வெளியில் பனி அதிகமா இருக்கு, என்ன செய்வது? அரவிந்த் நண்பர்களிடம் பிள்ளையார் கோவில் முகவரியை கேட்டு வாங்கினான். ரெண்டு வாரங்களாக ஃபிளஷிங் பகுதியில் உள்ள பிள்ளையார் கோவிலுக்குப் போகத் தொடங்கினார்கள்.

கோவில் அடித்தளத்தில் சாய் பஜனைகள் நடக்குமென்று யாரோ சொன்னார்கள். கடந்த ஞாயிறே அந்தப் பஜனைகளுக்குச் சென்றார்கள். தெலுங்கு ஆட்கள் அதிகளவில் அறிமுகமானார்கள். சந்தோஷமாக பேசிக் கொண்டார்கள். உடனேயே நண்பர்களும் ஆனார்கள்.

சௌத் இந்தியன் கேன்டினில் அமர்ந்தபோது "வரும் ஞாயிறு மன்ஹாட்டனில் 'நாராயண சேவை' இருக்கு. நீங்களும் வந்தால் நன்றாக இருக்குமென்று வரலக்ஷ்மியம்மா சொன்னார்கள்.

''அப்படின்னா என்ன?" என்று கேட்டாள் ஆம்ரபாலி.

"ஃபிளஷிங் பகுதியில் சாய் சென்டர் ஒவ்வொரு மாதமும் முதல் ஞாயிறு 'மன்ஹாட்டன்' வீதிகளில் ஏழைகளுக்கு உணவு வழங்கல்" அப்படியே "மாசத்துல மூணாவது ஞாயிறு கோல்ட் வாட்டர் மெமோரியல் மருத்துவமனையில் நோயாளிகளுக்கு சேவைப் பணிகளும் நடைபெறும்' என்றார்.

"அமெரிக்கா மிகப்பெரிய பணக்கார நாடு தானே! இங்கு கூட வறுமை இருக்கா?" என வியப்படைந்தான் அரவிந்த்.

"இது மிகப்பெரிய கதை. சில நாட்கள் கடந்தால் உங்களுக்கே தெரியும்" என்றார் சர்மா அவர்கள்.

அவர்களுக்கும் உற்சாகம் வந்தது. "நாங்களும் வருகிறோம்" என்றார்கள் அந்தப் புதிய தம்பதியினர்..

அரவிந்த் அவனது பங்குக்கு வாழைப்பழம், ஆப்பிள் பழம் கொண்டுவரேன்னு சொன்னான். இவர்களின் வீடுகளுக்கு அருகில் உள்ள கோபாலுக்கு பிக்அப் பொறுப்பை ஒப்படைத்தான். இப்படித் தொடங்கியது இவர்களது 'நாராயண சேவை.'

கோபாலுக்கு ஐம்பத்தைந்து வயது இருக்கும். முதலில் கல்கத்தாவிலும், பிறகு தென் ஆப்பிரிக்காவிலும் சார்ட்டெட் அக்கௌன்டெட்டாக வேலை செய்து, தற்போது நீண்ட காலமாக லாங் ஐலான்டடில் வசிக்கிறார். அவன் தற்போது அவர்களை பிக்அப் செய்து மன்ஹாட்டனுக்கு கொண்டு செல்கிறான். மழைத் தண்ணீர் தேங்கிக் கிடக்கும் ரோடு, சுற்றி பனியுடன் படர்ந்த வீடுகளையும், பூங்காக்களையும் கண்ணை விரித்துப் பார்க்கிறாள் ஆம்ரபாலி.

"அதோ பார்த்தியா! அமரிக்காவின் மிகப்பெரிய சுடுகாடு! 'கல்வாரி சிமெட்ரி நூறு ஏக்கர் இருக்கும். நூத்தி அறுபது வருடங்களுக்கு முன்பு கட்டியது. சுமார் முப்பது லட்சம் சமாதிகள் இருக்கும். புதைக்க இங்கே இதற்கு மேல் இடமில்லை. இங்கு இடம் வேணுமுன்னா முன்னாடியே புக் செய்யணும். மேலும் லட்சக்கணக்கில் டாலர்களைக் கட்டணும்" என்றான்.

"அதோ, இந்தக் கிரேவ் யார்ட் பின்புறம் தெரிகிற கட்டிடங்கள்தான் மன்ஹாட்டன். அதோ அந்த நீளமான பில்டிங் எம்பயர் ஸ்டேட் கட்டிடத்தை பார்த்தியா!" தொடர்ந்து பேசிக் கொண்டே இருந்தான் கோபால்.

"இப்போ நாம க்வீன்ஸ்லிருந்து மன்ஹாட்டனுக்கு சுரங்கப்பாதை வழியாகப் போகப் போகிறோம். மேல் பரப்பில் 'ஹட்சன்' நதி ஓடுகிறது! இந்த சுரங்கப்பாதை கட்டி நூறு வருஷம் ஆவுது தெரியுமா?!" என்றான்.

வியப்பிலிருந்து தேற்றிக் கொள்வதற்குள்ளே வேன் சுரங்கப்பாதை உள்ளே சீறிப் பாய்ந்தது. மன்ஹாட்டனில் சில தெருக்கள் சுற்றிய பின் 'பாவரி' தெருவில் நின்றது வேன். அனைவரும் குளிர் கோட்டினை இறுக்கமாக போர்த்திக் கொண்டு, வந்திருந்த சாமான்களை வேனிலிருந்து கீழே இறக்கினார்கள். இப்படி நாலைந்து வேன்கள் வந்தன. சில தெலுங்கர், தமிழர், மலையாளிகள், வடஇந்தியர்கள். ஓரிரு ஸ்பானிஷ்காரர்கள் கூட இந்தச் சேவை நிகழ்வில் பங்குபெற்றனர். அனைவருக்கும் இந்தப் புதிய தம்பதியை அறிமுகம் செய்தார்கள். ரோட்டுப் பக்கத்தில் உள்ள நடைபாதையில் மேஜைகள் போட்டனர். கொண்டுவந்த சமைத்த பொருட்களைப் பரப்பி வைத்தார்கள். யாரோ அருகில் இருந்த 'அனாதைகள் இல்லத்துக்குச் சென்று அழைத்து வந்தனர். நொடியில் நாற்பது பேர் வரை வரிசையில் நின்றார்கள். அதில் பலர் ஆப்ரிக்கன், அமெரிக்கன்ஸ். அவர்களுக்கு தாடியும், முடியும் அதிகமாக வளர்ந்திருந்தன. சிலர் கோட்டுகளை அணிந்திருந்தனர். அவை ஒரே துர்நாற்றம். அவர்களது கண்களில் விரக்தி. 'ஹாய்' என்று உதாசீனமாகப் பேசுகின்றனர். அவர்களுக்கு வேண்டியதைத் தேர்ந்தெடுத்தனர். அவர்கள் தேர்ந்தெடுத்த சமையல் உணவுகளைத் தொண்டர்கள் 'பாக்' செய்து தருகின்றார்கள். அரவிந்த் வாழைப்பழம், ஆப்பிள்களைத் தருகிறான்.பல பேர் வாழைப்பழங்களைத்தான் வாங்கிக் கொள்கின்றார்கள்.

கோபால் அரவிந்துவின் காதில் சொன்னான். "இவர்களுக்குத் தெரியும், வாழைப்பழத்தில் பொட்டாஷியம் இருக்குன்னு"

ஒரு ரெண்டு மணி நேரத்தில் பகிர்ந்து கொடுத்தார்கள். பனி நடுங்க வைத்தது. அவர்கள் அந்தப் பாக்கெட்டுகளை வாங்கிக்கொண்டு அனாதை இல்லத்துக்குச் சென்றனர். சேவாதள தொண்டர்கள். வேன்களுக்குள் ஓடினார்கள். ஏதாவது பொருள்களை மறந்துவிட்டோமான்னு அரவிந்த் அந்தப் பக்கம் எட்டிப் பார்த்தான். பனித்துகள்களாக மீண்டும் கொட்டத் தொடங்கியது. அனைவருக்கும் உணவைப் பங்கிட்ட இடத்தில் சுவரின் ஓரமாக ஒரு நபர் தலைகுனிந்து நிற்கிறான். "அட அவன் ஒருத்தன் மட்டும் இங்க இருந்திருக்கானே?" என அந்தப் பக்கம் போனான்.

"சாரி.. நீங்க ஏன் இங்கேயே இருக்கீங்க? எங்கயாவது இறக்கி விடணுமா? அனாதை இல்லத்துக்கு போகல?" என கேட்டான்.

அவன் கருப்பாகக் கொஞ்சம் பருமனாக, அடர்த்தியான தாடியுடன் இருந்தான். கையில் இவர்கள் கொடுத்த உணவுப் பொட்டலம் இருந்தது. எத்தனை கேள்விகள் கேட்டாலும் அரவிந்தின் பக்கம் திரும்பிக் கூடப் பார்க்கவில்லை. உள்ளுக்குள் ஏதோ முணுமுணுத்தான். இதற்குள் கோபால் வந்து அரவிந்த் தோள்பட்டையில் கைவைத்து பின்னால் இழுத்தான்.

அரவிந்திடம் காதில் "இவர்களுடன் எப்படிப் பட்ட உறவும் வெச்சுக்க வேணாம். சீக்கிரம் கிளம்பணும்! பனி அதிகமாக் கொட்டுனா, பயணம் சிரமம் ஆகும்" என்றான்.

அரவிந்த்க்கு என்ன செய்வதென தெரியவில்லை. "சரி போலாம்" எனக் கிளம்பும் போது அவனைப் பார்த்தான்.

அவன் இந்த உலகத்தில் இல்லை. தலையைச் சாய்த்து தனக்குத் தானே தெளிவற்றுப் பேசுகிறான்.

வேன் கிளம்பியது."என்ன நடந்தது?" ஆம்ரபாலி கேட்டாள்.

ஏதோ சொல்லவந்த அரவிந்தைக் குறுக்கிட்டு கோபால் சொல்ல ஆரம்பித்தான்.

'சேவை செய்கையில் அமெரிக்காவில் சில முன்னெச்சரிக்கைகள் எடுத்துக் கொள்ளணும். போதைக்கும், குடிக்கும், சில மன நோயாளிகள் வேலை செய்யமுடியாமல் அனாதைகளாக மாறுகிறார்கள். இவர்களைச் சமாளிக்கும் போது கொஞ்சம் ஜாக்கிரதையாக இருக்கணும். அவர்களது மனநிலையால், அவர்கள் நம் மேல் தாக்குதல் கூடச் செய்யலாம்" என்றான்

"ஆனால்.. பயப்படத் தேவையில்லை. கொஞ்சம் பத்திரமா இருந்தா போதும்." எனச் சொல்லி முடித்தான் கோபால்.

அரவிந்த் யோசனையில் மூழ்கினான். 'இந்த நாட்டில் வறுமை கூட இருக்கா? கவலைப்படுகிறவர்கள் பல பேர் இருக்காங்களே' என வியப்புற்றான்.

ராத்திரி.. அவன் மன்ஹாட்டன் கான்க்ரீட் ஜங்கிளின் அடியில் உள்ள பள்ளத்தாக்கில் விழுந்தது போல், அங்கே பேய்கள் போன்ற பல மனிதர்கள் பிடுங்கித் தின்பதுபோல் பயங்கரமான கனவு வந்தது. திடுக்கிட்டு எழுந்தான். பக்கத்தில் பார்த்தால் ஆம்ரபாலி அப்பாவியாகத் தூங்குகிறாள். ஜன்னலிலிருந்து பார்க்கையில் இன்னும் பனி பொழிகிறது. தெரு விளக்குகளின் வெளிச்சத்தில் விந்தையாகத் தெரிகிறாள். 'அவன்' யார்? திரும்பி அனாதை இல்லத்துக்குச் சென்றானா, இல்லையா? அவனது முகம் சரியாகத் தெரியவில்லை. கம்பளி கோட்டினை அணிந்திருந்தான். ஆனால் அது அழுக்காக இருந்தது. மூளையில் பலவிதமான எண்ண ஓட்டம். காலையில் பார்த்த சிவப்புக் குருவிகள் தற்போது என்ன செய்கின்றனவோ? இன்னொரு ஜன்னலுக்கு அருகில் வந்து பாட்டரி லைட்டினைப் போட்டு கண்ணாடி வழியாக புதர்களுக்குள் பார்த்தான். எங்கேயும் அவைகளின் தடமில்லை. விடிந்தால் திங்கட் கிழமை. காலையிலேயே வேலைக்குச் செல்லவேண்டும், விரக்தியுடன் மீண்டும் கட்டிலில் சாய்ந்தான்.

ஒரு மாதம் கடந்தது. மீண்டும் மன்ஹாட்டனில் 'நாராயண சேவை' இம்முறை ஆம்ரபாலி ஸ்பானிஷ் டிஷ் 'பாஸ்தா' செய்தாள். இது அவர்களுக்குப் பிடித்த டிஷ். கொஞ்சம் சீஸ் அதிகமாப் போட்டால் மேலும் ருசியாக இருக்கும்" என்றான் அரவிந்த்.

"எப்படி இருக்கு மிஸ்டர் சேவைப் பணிகள்?" என்றான் கோபால் வேன் ஓட்டிக்கொண்டு.

மாசத்தில் ஒருமுறை உணவு. மிச்சமிருக்கும் மூன்று வாரங்கள் மத்த சென்டர்களில் கொடுத்தாலும், 'பதினாலு வேளைகளில் ஒரு வேளைக்குத்தான் உணவு. அதனால் என்ன பயன்?' என்றான் அரவிந்த்.

"நாம் ஏதோ நம்மோட அளவுக்கு உதவி செய்றோம். அவங்க தேவைகளை முழுசா நிறைவேத்தாம இருந்திருக்கலாம். ஒரு விதமா சொல்லணுமுன்னா, இது மன திருப்திக்காகத் தான்"என்றான் கோபால்.

வேனில் அனைவரும் மௌனமாக இருந்தார்கள். இன்றைக்கு வெப்பம் அதிக அளவில் இருக்கிறது. வானம் அடர்நீல வண்ணத்தில் இருந்தது. எங்கேயும்

மேகங்களின் அறிகுறி இல்லை. வெளியே குளிராக இருந்தாலும் எங்கும் பனிபொழிந்த அறிகுறி இல்லை. 'மன்ஹாட்டன் பாவரி' தெருவிற்கு மீண்டும் சென்றார்கள். அனைத்து பாத்திரங்களையும் அடுக்கி வைத்து பரிமாறத் தொடங்கினார்கள். அரவிந்த் 'பாஸ்தா' பாக் செய்து குடுத்தான்.

இதற்குள் ஒருவன் வந்து "கொஞ்சம் சீஸ் போடுறிங்களா" என்றான். அரவிந்த் அண்ணாந்து பார்த்தான். கடந்த மாதத்தில் பார்த்த அவனேதான்.

கொஞ்சம் சந்தேகப்படும்படியான முகத்தோடு மீண்டும் கேட்டான். "கொஞ்சம் சீஸ் போடுறியா?"

"கண்டிப்பாக"என கொஞ்சம் சீஸ் போட்டான் அரவிந்த்.

அவன் சிரித்துக்கொண்டே "தாங்க்ஸ்" என்றான்.

"யூ கய்ஸ் கிரேட்" என ஏதோ புரியாதது போல் புலம்பி கிளம்பினான்.

உணவு பரிமாற்றம் முடிந்ததும் பார்த்தால் அவன் இன்னும் அந்தச் சுவர்ப் பக்கம்தான் இருக்கிறான். அரவிந்த் கொஞ்சம் தைரியத்தை வரவழைத்து அவன் அருகே சென்று "உன் பெயர் என்ன?" எனக் கேட்டான்.

அவன் தலையைத் தூக்கி மீண்டும் தலையைக் கவிழ்த்து சிரித்தான். அவன் கையில் இன்னும் புட் பாக் இருந்தது. இன்னும் சாப்பிடவில்லை.

உனக்குப் பிடித்த உணவு ஏதாவது வேணுமுன்னா சொல்லு. நான் மீண்டும் வருகையில் கொண்டு வரேன்" என்றான் அரவிந்த்.

"யூ..கய்ஸ்..கிரேட்.. தாங்க்ஸ்" என தரையினைப் பார்த்தபடி தனக்குள் முணுமுணுத்தான்.

இதற்குள் கோபால் வேன் அருகிலிருந்து அழைத்தான். வேறு வழியில்லாமல் 'பை' சொல்லி வந்துவிட்டான் அரவிந்த்.

நாட்களும், மாதங்களுமெனக் கழிந்தன. ஒன்று ரெண்டு முறை அவனுடன் உரையாடினான். பிறகு ரெண்டு மாதங்கள் அவன் கண்ணில் படவில்லை. இம்முறை கோல்ட் வாட்டர் மெமோரியல் மருத்துவமனையில் நடைபெறும் சேவை

நிகழ்ச்சிகளில் பங்குபெற இரு தம்பதியினரும் சென்றார்கள். ‘பால விகாஸ்’ குழந்தைகள் கூட அதில் பங்கு பெறுகின்றனர். அது நீண்டகாலமாகத் தங்கியிருக்கும் உள்நோயாளிகளுக்காக அரசாங்கம் கட்டிய சிறப்பு மருத்துவமனை. பல வருடமாக பலவித நோய்களுடன், விபத்தினால் ஊனமுற்றோர் போன்றோர்தான் இங்கிருக்கும் நோயாளிகள். யாரும் இவர்களைப் பார்க்க வரமாட்டார்கள். இவர்களுடன் உறவாட சேவாதள் தொண்டர்கள் “பர்த் டே கிரீட்டிங்” கார்டுகளைக் கொடுத்துத் திரிவார்கள்.

மருத்துவமனையில் சிகிச்சை பெறும் உள்நோயாளிகளைப் பார்க்கையில் அரவிந்த்க்கு வலிப்பு வந்தது போல் இருந்தது.

‘ஸ்ரீனி’ அப்போதுதான் அறிமுகமானான். அவன் இந்த மருத்துவமனையில்தான் நீண்டகாலமாக வேலை செய்கிறான். வீல் சேரில்தான் அவனது வாழ்க்கை நகர்கிறது. ‘டைம்ஸ் ஆப் இந்தியா’ நியூயார்க் பிரதிநிதியாக வேலை செய்கிறான். தலை எழுத்து சரியில்லாததினால் தசை வியாதி வந்து இப்படி நிரந்தரமாக மருத்துவமனையில் சேர்ந்தான்.

அவனே இப்போது அனைத்து நோயாளிகளையும் அறிமுகம் செய்கிறான். ‘வில்யம்’ வெள்ளையாக வெளிர் நிறத்தில் இருப்பான். உடலில் அங்கங்கே கருப்பு மச்சங்கள் இருக்கும். பார்வை சரியாகத் தெரியாது. கையில் சிலுவையை இறுக்கமாகப் பிடித்துக்கொண்டு கட்டிலில் மட்டுமே இருப்பான். ‘ஸ்ரீனி’யின் குரலைக் கண்டுபிடித்து விட்டான். ‘வாயா ஜோக்கர்” என்றான் புன்னகை செய்தவாறே!.

“இன்று எங்களது குட்டி தேவதைகளை அழைத்து வந்தேன். நல்ல நல்ல பாட்டுகளை பாடச் சொல்லு. இயேசு சந்தோஷப் படுவார்” என்றான்.

‘ஸ்ரீனி’யின் ஜோக்குகளுக்கு கைதட்டுவான். ஒரு கை நிரந்தரமாக எழவில்லை. அதனால் மற்றவரின் கையைப் பிடித்து கைதட்டுவான். இறுதியில் அனைவரும் நன்றாக இருக்க வேண்டுமென பிரார்த்தனைகள் செய்வான்.

‘காமலீனா’ குள்ளமாகச் சிவப்பாக இருப்பாள். தனது அறையில் பலவகைப் பொம்மைகள் இருக்கும். அவைகளுக்குச் சின்னஞ்சிறு போர்வைகள் போர்த்தி தூங்க வைப்பாள். அவற்றை சொந்தப் பிள்ளைகள் போல் பராமரிப்பாள்.

‘பால்’ ஒரு விபத்தில் கைகால்களை இழந்தவன். உடலில் தலையும், முண்டமும்தான் மிச்சம் இருக்கு. சக்கரம் உள்ள படுக்கையின் மேல் மட்டுமே படுத்துக் கிடப்பான். ஜாலியாகப் பேசுவான். வாயில் குச்சியை வைத்துக்கொண்டு பில்லியர்ட்ஸ் விளையாடுவான்.

“யானா’ ரஷ்யன். நடு வயதுப் பெண். தனது அறையில் தங்காமல் திண்ணையில் ஹீட்டர் அருகில் நாற்காலியைப் போட்டு அமர்ந்திருப்பாள். “எப்படி இருக்குற? யானா” என்றால், “ஐ யாம் வெரி பைன்” என்பாள்.

‘ஸ்ரீனி’ யை அருகில் அழைத்து தனக்கு வியாதி குணமடைந்து விட்டது போல.. “இன்னொரு ரெண்டு மூணு நாள்ல எங்க வீட்டுக்குப் போறேன்” என சந்தோஷமாகச் சொன்னாள்.

பிறகு ‘ஸ்ரீனி’ அரவிந்த் அருகில் வந்து “இந்த வியாதி இருப்பவர்கள் எப்போதும் இப்படிச் சொல்லுவார்கள். ‘யானா’ பத்து வருஷமா இதேதான் சொல்லிட்டிருக்கா” என்றான்.

அனைத்து விஷயங்களையும் மறந்த ‘ஷெல்லி’, எப்போதும் மௌனமாக இருக்கும் ‘பெற்றிஷியா’ என, இப்படிப் பல விதமான நோயாளிகளைப் பார்த்து திகைத்தான் அரவிந்த்.’ மனிதகுலத்துக்கு இத்தனை துயரமா?’ என்று பெருமூச்சு விட்டான்.

அரவிந்த் சுற்றி வந்து முதல் தளத்தில் ஒரு அறையில் அந்த நோயாளியைப் பார்த்துத் திகைத்துப் போனான். ‘‘அட இவனுக்கு என்ன ஆச்சு?’’ என நினைத்தான். கட்டிலில் படுத்த நபர் அரவிந்தை பார்த்து அடையாளம் கண்டவனைப் போல் லேசாகச் சிரித்தபடி ஏதோ முணுமுணுத்துக்கொண்டு இருந்தான்.

அதற்குள் ‘பால விகாஸ்’ குழந்தைகள் வந்தார்கள். அவனுக்கு பூங்கொத்தைக் குடுத்தார்கள். பிறகு ‘கிரீட்டிங் கார்டை’ குடுத்து “ஹாப்பி பர்த் டே டு யு” என கோரஸ் பாடினார்கள். அவனது கண்கள் ஒளிந்தன. துயரத்துடன் அங்கும் இங்கும் பார்த்துக்கொண்டு இருந்தான். இதற்குள் ஸ்ரீராம் பஜனை பாடத் தொடங்கினான்.

“வனமாலி ராதாரமான. கிரிதாரி கோவிந்தா!.

பாக்த ஹ்ருதய மந்தாரா..
பானுகோடி ஸ்ருங்காரா!...
நந்தா..நந்தா.. கோபனந்தா..
நாராயணா கோவிந்தா!

பாடல் ஹை பிச்சில் போனது. குழந்தைகள் அனைவரும் அழகாகப் பாடினார்கள். அவன் கண்களில் கண்ணீர் கசிந்தது. கைகள் நடுங்கின. தலையை மெதுவா அசைத்தான். பதற்றமாக.. ஆனந்தமாக.. ஒரு மாதிரி ஆனான். இதற்குள் டாக்டர் வந்து "அவன் எமோஷனுக்கு ஆளாகிட்டான்" என்று கூறித் தடுத்தார். அவர்கள் அனைவரும் ஷேக் ஹாண்ட் கொடுத்து கிளம்பினார்கள்.

அரவிந்த் டாக்டர் அருகே வந்து "இவன் யார்? இவனுக்கு வந்த பிரச்சனை என்ன?" எனக் கேட்டான்.

டாக்டர் பெருமூச்செறிந்து விட்டு பக்கத்து அறைக்கு அரவிந்தை அழைத்துச் சென்று சொல்ல ஆரம்பித்தார்.

"மைக்கேல் ராபர்ட் அண்டர்சன்" அந்தப் பெயரைக் கேட்டதுண்டா? எனக் கேட்டார்.

"இல்லை" என்றான் அரவிந்த்.

"அவன் கருப்பினத்தில் ஒரு மதிப்புக்குரிய பாடலாசிரியர், பாடகனும் கூட. மிகவும் புகழ் பெற்றவன். அவன் பாட்டுகளால் கருப்பின மக்களை உலுக்கினான். நன்றாகவும் பாடுவான், இட்டுகட்டியும் பாடுவதில் வல்லவன். ஆனால் விதி மட்டும் அவனுக்கு இரக்கம் காட்டவில்லை. அவனது மன ஆற்றல் மழுங்கி ஒரு விதமான சைக்கோ பிரச்சனைக்கு அது வழிவகுத்தது. அதனால் அனைத்தையும் நாளடைவில் இழந்து ரோட்டுக்கு வந்துவிட்டான். எல்லாரையும் இழந்து திக்கற்றவனனான். கடைசியில் அவனை ஒரு அனாதை இல்லத்தில் சேர்த்தாங்க.அடுத்த கட்டமாக இந்த மருத்துவமனையில் வந்து சேர்ந்தான்." என்று பரிதாபமாக அவனது கதையைச் சொல்லி முடித்தார் டாக்டர்.

அரவிந்தை களைப்பு பற்றிக்கொண்டது..

கொஞ்ச நேரம் மௌனமாக இருந்து "அரசாங்கம் ஏதும் உதவி செய்யவில்லையா!" எனக் கேட்டான் அரவிந்த்.

"அனாதை இல்லம், இந்த மருத்துவமனையில் சேர்த்தது எல்லாம் அரசாங்கத்தின் உதவி தானே?" என்று கேட்டார்.

"சரி ஒரு முறை மைக்கேலை சந்திச்சிட்டு போறேன்" எனச் சொல்லி அவனது அறைக்குச் சென்றான் அரவிந்த். அவன் உறங்குகிறான். மூடிய இமைகள் அசைந்தன. அவனது கைகளில் சற்று நடுக்கம் உண்டானது. அவன் கையில் கையை வைத்து "மைக்கேல்" என்றான் மென்மையாக.

அவனில் பெரிய சலனம் ஏதுமில்லை. கொஞ்ச நேரம் நின்ற பின் "மைக்கேல்".. சீஸ் போட்ட 'பாஸ்தா' வேண்டுமா?" என்று கேட்டான்.

துயரத்துடன் கூடிய சந்தோஷத்தில் அவன் மெதுவாக கண்களைத் திறந்தான். மீண்டும் மெதுவாகக் கண்களை மூடினான். அவனது உடல் கொஞ்சம் நடுக்கத்துடனேதான் இருந்தது. பொறுமையாக அவனை விட்டு விலகினான் அரவிந்த்.

இன்று ராத்திரியும் அரவிந்த் துயரத்தில் ஆழ்ந்தான். அவன் சிந்தனை முழுக்க "மைக்கேல்" பற்றிதான். ஒரு சிறந்த கவிஞனையும், பாடகனையும் மானுடம் காப்பாற்ற மறுத்ததா எனத் தோன்றியது.

எங்கயோ பிழை இருக்கிறது. ஏதோ தீங்கு நடக்கும் அறிகுறி. சிந்தனைகளின் பாய்ச்சலில் ராத்திரி எப்போதோ உறங்கிப் போனான்.

வேறொரு வாரத்தில் சந்தித்த போது மைக்கேல் உற்சாகமாக இருந்தான். சில வார்த்தைகள் பேசினான். தனது கவிதையைக் கூட வாசித்தான்.

"ஆமா.. உங்களுக்கு எப்படி உடல் நலம் கெட்டுப் போனது.?"என கேட்டான் அரவிந்த்.

மைக்கேல் சீரியஸானா முகத்துடன் "எனக்கு உடல்நலக் குறைவு ஏதும் கிடையாது" என்றான்.

கொஞ்ச நேரம் கழித்து இலக்கியம் பற்றி, கலைகள் பற்றி இருவரும் உரையாடினார்கள். எதைப் பேசினாலும் கொஞ்ச நேரத்திலேயே துயரத்தில் மூழ்குகிறான்.

"சரி, நான் இனிக் கிளம்புறேன்" என அவனுக்கு ஷேக் ஹான்ட் கொடுத்தான் அரவிந்த்.

மைக்கேல் அரவிந்தின் கையைக் கொஞ்ச நேரம் பிடித்துக்கொண்டு அப்படியே இருந்தான். மெதுவாக கையை அகற்றி அரவிந்த் அங்கிருந்து கிளம்பினான். ஒரு

ஆறு மாசம் கழிந்தது. ஒவ்வொரு முறையும் மைக்கேலைச் சந்திப்பது அரவிந்துக்கு வழக்கமானது.

அலுவலகத்து 'ஆட்கள் ஒப்படைத்த புதிய அசைன்மென்ட் நிமித்தமாக அரவிந்த் மூன்று மாசம் இந்தியா செல்லவேண்டி வந்தது. இந்த நேரத்தில் ஆம்ரபாலியிடம், அவளது ஸ்பானிஷ் தோழி 'ஏஞ்சலீனவை மைக்கேலை பார்த்துக்கொள்ளச் சொல்லி அரவிந்த் கேட்டுகொண்டான். ரெண்டாவது மாசத்தில் ஆம்ரபாலி போன் செய்து அவனது மனப்பிறழ்வு தீவிரமா இருக்கு, ஏதேதோ பேசிக்கொண்டு நினைவு இழக்கிறானென்று, அவசர சிகிச்சை பிரிவில் வைத்ததாகவும்

"கொஞ்சம் காலம் அவசர சிகிசைப் பிரிவில் வைத்தால் தவிர நிலைமையில் மாற்றம் காண முடியாதுன்னு டாக்டர் சொல்லி விட்டார்'' என்றும் சொன்னாள்.

நியூயார்க் சென்றதும் கோல்ட் வாடர் மெமோரியல் மருத்துவமனைக்கு ஆம்ரபாலி, ஏஞ்சிலீனா வுடன் சேர்ந்து அரவிந்த் சென்றான்.

"ஒரு பத்து நிமிஷம் உட்காருங்க, இப்பவே வரேன்" என்று சொல்லி கொஞ்ச நேரத்தில் டாக்டர் வந்தார்.

"சாரி! மைக்கேல் இறந்து ரெண்டு வாரங்கள் ஆச்சு. அவரது உடல்நலம் சரியாக உள்ளபோது அவரே புக் செய்த, கல்வாரி சிமெற்றிலெயே அவரது ஈமக் கிரியைகள் நடந்தன. அவர் இதை உங்களுக்கு உடனடியா சொல்லவேண்டாம்'' என்றார். உங்களுக்கு மேலும் பிரச்சனைகளை கொண்டுவர வேணாமென்பதுதான் அவரின் எண்ணம். உங்களுக்கு நல்லது நடக்கணுமுன்னு நினைத்தார். அவரிடம் மிஞ்சிய சொத்துகள், வரவிருக்கும் சொத்துகள் அனைத்தும் உங்க பெயரில் உயில் எழுதினார். மற்றொரு விஷயம், அவர் கருப்பின மக்களுக்காக எழுதிப் பாடிய ஆல்பத்திற்கு புகழ்வாய்ந்த 'கிராமீ' விருது கிடைத்துள்ளதென்று ஒரு மணி நேரத்துக்கு முன்புதான் ஃபாக்ஸ் வந்தது.

இப்போ மூன்றாவதாக ஒரு விஷயம், அவர் உங்களுக்காக ஒரு சீல் பதித்த கவரினை குடுத்தாரு. இதை நீங்கள் எடுத்துக் கொள்ளுங்கள்" என்றார் டாக்டர் ராபர்ட்.

அரவிந்த் சந்தேகப்பட்டதுதான் உண்மை ஆனது" "அய்யய்யோ! மைக்கேல் உன்னை கடைசியா ஒரு முறை

பார்த்திருந்திருக்கலாம்" என நினைத்தான். நாற்காலியில் சோர்வுடன் அமர்ந்தான். ஆம்ரபாலி ஆறுதல் சொன்னாள். கொஞ்சம் நேரம் கழித்து கவரைத் திறந்து படிக்க ஆரம்பித்தான்.

"அன்புத் தோழனே!"

"எனக்கு கடவுளின் மீது துளி கூட நம்பிக்கை கிடையாது. சின்ன வயசிலிருந்து ஏசுவை வெறுப்பேன். ஒரே கோபம், எங்களை கறுப்பினத்து மக்களாகவும், அடிமைகளாகவும் எதற்காக பிறக்கவெச்சே? என அப்போ கடவுள் இல்லேனா, இதெல்லாம் எப்படி நடந்திருக்கு? எப்படி நடக்குது? இந்தக் கேள்விகளுக்கு பதில் கிடையாது. வாழ்க்கையில் எவ்வளவோ போராடினேன். கண்ணீர் சிந்தினேன்.மனவேதனையை அனுபவித்தேன்.

இந்த வாழ்க்கையின் இறுதி நாட்களில் நீ தந்த நட்பு மறக்க முடியாதது. நீ என்னுடைய வேதனைகளைக் காது கொடுத்து கேட்டாய். அது போதும்.

மனுசங்க அனைவரும் பக்கத்திலேயே நடமாடினாலும் மனங்கள் இணையிறதில்லே. நாளுக்கு நாள் இயந்திரமாக மாறுறாங்க. மானுடத்தின் பயணம் எந்தப் பக்கமென்று தெரியவில்லை. அந்த நேரத்தில் என் மேல் கருணை காட்டியிருக்க. எனக்கு அது போதும்.

அன்புதான் நிலையானது. மனுசங்களுக்கு வேண்டியது அது தான். நேசிக்கும் இதயம் இருக்கணுமே தவிர, கண்டங்கள், நாடுகள் தடையில்லைன்னு உன்னைப் பார்த்த பிறகுதான் தெரிஞ்சுது. என்னிடத்தில் மிஞ்சிய அனைத்தும் உனக்கே எழுதித் தருகிறேன். அதோடு பாவப்பட்டவர்களுக்கு அன்பை வழங்கு. அவர்களைக் கூட உன்னப் போல் மாற்று. இனி விடைபெறுகிறேன்.. நன்றி

இப்படிக்கு – மைக்கேல்!

அரவிந்த்க்கு கண்ணீர் வடிந்தது. 'நான் என்ன பெருசா செஞ்சிட்டேன்? அவன் சொன்னதை இரக்கத்தோடு காது கொடுத்து கேட்டது தவிர, வேறென்ன?' என்று நினைத்தான். "நீங்கள் கொஞ்ச நேரம் காத்திருந்தா உங்களுக்கு குடுக்க வேண்டிய காகிதங்களைத் தரேன்" என்றார் டாக்டர் ராபர்ட்.

அரவிந்த் மனம் துயரத்தில் நிறைந்தது. "ஆம்ரபாலி! நீயும் ஏஞ்சலீனாவும் இந்தப் பேப்பர் வொர்க் முடிஞ்சதும் எடுத்துட்டு வெளியே வாங்க. நான் அங்கே உட்காருறேன்" எனச் சொல்லி வெளியே வந்தான் அரவிந்த்.

கோல்ட் வாட்டர் மெமோரியல் மருத்துவமனையின் வெளியே ஹட்சன் நதிக் கரையில் சிமெண்ட் இருக்கையில் அமர்ந்தான் அரவிந்த். நதி முழுக்க நீர் அலைகள். நதிக்கரையின் சுவர்களில் மோதிக்கொண்டு இருந்தன. நதியில் போர்ட்களை எடுத்துச் செல்லும் ஸ்டீமர்கள், ஆப் ஸ்டேட் நியூயார்க்கினை நோக்கிப் பயணம் செய்கின்றன. அக்கரையில் மன்ஹாட்டன் கான்க்ரீட் ஜங்கிள் 'சுறாமீன் கீழ் தாடையிலிருந்து மேல் நோக்கி அடித்துக்கொண்டு வந்த பல் வரிசை போல்' இருந்தது. அதோ "யு.என்.' கட்டிடம் உலகமெனும் கோர்ட்டின்முன் தலையைசைத்து கொண்டு நின்ற 'விசாரணைக் கைதியை' போல் இருக்கிறது.

சீகல்ஸ் பறவைகள் காகங்களைப் போல் கூச்சலிட்டன.

மைக்கேலின் சொற்கள் அரவிந்த் காதுகளில் தொடர்ந்து ஒலித்தது.

"எங்களது பாட்டன் தெற்கிலிருந்து வந்ததாக அம்மா சொல்லுவாள். எங்க முப்பாட்டனுன்னு நினைக்கிறேன்; சிவில் போரில் அவங்க எஜமான் பக்கம் லிங்கன் படைக்கு எதிராக நடந்த போராட்டத்தில் உயிரிழந்தான். எவ்வளவு பைத்தியக்காரத்தனமான செயல் இது? லிங்கன் எங்களுக்காக, அடிமைத்தனத்தை ஒழிச்சிக் கட்டணுமுன்னு வெள்ளையர்களுக்கு எதிரா "பில்" கொண்டுவந்தால் எங்க மக்கள் அடிமைத்தனம் வேணுமுன்னு உயிர்குடுத்தது ரொம்ப வருத்தத்துக்குரிய விஷயம்!

அப்பா சின்ன வயசுல சிகாகோவிலிருந்து வந்தார். ப்ரூக்ளினில் வேன் ஓட்டுவாரு. அவர் கஷ்டப்பட்டு வேலைசெய்யும் போதெல்லாம் எங்களுக்கு நல்லாதான் இருந்தது. நான் உயர்நிலைப் பள்ளி வரை படித்தேன். இசையும், கவிதையும் என்றால் பிடிக்கும். நான் பாடல்கள் பாடுவேன். அந்தப் பழக்கத்தினால் மூன்று ஆல்பம் கூட செய்தேன். அதனால் கொஞ்சம் பணமும் கிடைச்சது.

ஆனால் எனக்கு வந்த மனப்பிறழ்வு நோய் என்னை வாட்டி வதைத்தது. தலைமுறை தலைமுறைகளாக வந்த

மனப்பிறழ்வு என்னை ஓரிடத்தில் நிற்க விடவில்லை.ஏதோ தீவிரமான மனப்போராட்டம். நான் எனது நிலைப்பாட்டை இழந்தேன். அதன் பிறகுதான் நீ என்ன சந்திச்சிருக்கே?. இன்னும் வேறென்ன சொல்லணும்? இதைவிட மேலும் சொல்லிட்டே போகலாம். என் துயரத்தை உன்னுடன் பகிர்ந்துக்கலாம். அப்போ நீயும் என்னப் போல ஆக வாய்ப்புண்டு. எதுக்குத் தேவயில்லாமா அதெல்லாம்?"

"ஹே! அரவிந்த் வேலை முடிஞ்சுது, வா, கிளம்பலாம்"என ஆம்ரபாலி தூரத்திலிருந்து அழைத்தாள். மெதுவா எழுந்து கிளம்பினான் அரவிந்த்.

வீட்டுக்குப் போகையில் ஆம்ரபாலி "இந்தப் பணத்தை என்ன செய்றது? அரசாங்கத்துக்கு குடுத்தா நல்லவழியிலாவது செலவாகும்மில்லே" என்று சொல்ல ஏஞ்சிலீனா இடைமறித்து "நாம் அனாதைகளுக்காக மறுவாழ்வு மையத்தை தொடங்கினால் நல்லா இருக்கும்" என்றாள்.

இந்த ஐடியா அனைவருக்கும் பிடித்துப் போனது.

சில மாதங்களிலேயே க்வீன்ஸ்ல் ஒரு அலைக்கரையில் 'மைக்கேல் பெயரில் மனநலம் பாதிக்கப்பட்டவர்களுக்காக ஒரு மறுவாழ்வு மையம் தொடங்கப்பட்டது.. 'மைக்கேல்' புகைப்படத்துக்கு மாலை அணிவித்து, மெழுகுவர்த்தியை ஏற்றி அஞ்சலி செலுத்திய பின் ஸ்ரீராம் அனைவருக்கும் பிடித்தமான பஜனைப் பாடலான.." வனமாலி ராதா ரமண.. கிரிதாரி.. கோவிந்தா.." மிக இனிமையாகப் பாடினான். வந்தவர்கள் பரவசத்தில் மெய்மறந்தார்கள். மைக்கேலுக்குப் பிடித்த சீஸ் பாஸ்தா அனைவருக்கும் பகிர்ந்தார்கள். சில சீகல்ஸ் வந்து வெளியே திரிகின்றன. குழந்தைகளின் கைகளிலிருந்து பாஸ்தா பாகெட்டினை பிடுங்கிச் சென்றன.

இதற்குள் ஏஞ்சலீனா "ஒரு செய்தி, நேற்று தான் நியூயார்க் டைம்ஸ்ல எழுதுனாங்க. நிதி பற்றாக் குறையினால் கோல்ட் வாட்டர் மெமோரியல் மருத்துவமனை மூடுகிறார்கள். புது நோயாளிகளை இனி எடுக்கப் போவதில்லை. பழைய நோயாளிகளை இடமாற்றம் செய்கிறார்கள்" என்று சொன்னாள்.

அனைவரும் மௌனமாக இருந்தார்கள். ஏஞ்ச லீனா மீண்டும் சொன்னாள். "மைக்கேல் பெயருடன் இன்னைக்குத்

தொடங்கிய இந்த மையத்தை நாம் அனைவரும் கடமையோடும், ஆசையோடும் செயல் படுத்துவோம். கருணையும், அன்பும் நிறைந்த மக்கள் இதைக் காப்பாற்றிக் கொள்வார்கள்"

ஆம்ரபாலியும், ஏஞ்சலீனாவிற்கு ஆதரவளித்தாள். அனைவரும் உறுதியாக நிற்கவேண்டுமென முடிவெடுத்தனர். சபை உற்சாகமாக முடிவடைந்தது.

அரவிந்த் வெளியே வந்து வானத்தை அண்ணாந்து பார்த்தான். மேகங்கள் சூழ்ந்தது. சிறிய பஞ்சு போல பனி பொழியத் தொடங்கியது. சரியாக மைக்கேலைப் பார்த்து ஒரு வருஷம் ஆனது. இன்றைக்கும் ஞாயிறுதான்.

***

தீர்ப்பு நாள்

காலை பதினோரு மணி ஆகின்றது. அப்போது வானிலை புழுக்கமாக இருந்தது. காற்று வீசவில்லை. வெள்ளையர்கள் காலத்தில் கருப்புப் பலகைகளால் கட்டிய பழைய காலத்துக் கட்டிடம் மௌனமாகவும், துயரமாகவும் நின்று கொண்டிருந்தது. சுற்றுப்புறம் முழுவதும் முதிர்ந்த மரங்களின் நிழல்கள் பரவியிருந்தன. நாவல் மரத்தின் மேல் காகம் விட்டு விட்டு கரைகின்றது. சற்றுக்கூர்ந்து கவனித்தால் குருவிகளின் சத்தங்களும் காதில் ஒலிக்கும்.

'இன்னும் எவ்வளவு நேரம் ஆகும்?' என சுந்தர், காவலாளர் பிரகாசத்தைக் கேட்டான்.

'சொன்னேன் இல்லே சார்..இன்னைக்கி தீர்ப்பு வழங்குவாங்க. கோர்ட் பெஞ்சுக்கு அழைக்கமாட்டாங்க. நமக்கு சாயங்காலம் ஆகலாம்.

எங்கயாவது நீங்க அந்த மரங்கள் கிட்ட போய் உட்காருங்க சார்' என்றான் பிரகாசம்.

உயிர் சலித்துப்போனது. சுந்தர் தன் வாழ்க்கையில் இத்தனை திருப்பங்கள் இடம்பெறுமென்று சற்றும் எதிர்பார்க்கவில்லை. 'கோர்ட் வாசல்ல எதிர்பார்த்திட்டு இருக்கணுமென' என்றைக்கும் நினைத்துப் பார்த்தது கூடக் கிடையாது.

'என்ன செய்றது? கஷ்டம் வந்து, சுமை தலையில் வந்து விழுந்த பிறகு அனுபவிச்சுத்தான ஆகணும்' நெட்டுயிர்த்து, சற்றுத் தூரத்தில் மரத்தடியில் உள்ள சிமெண்ட் பெஞ்சின் மீது இடம் பார்த்து அமர்ந்தான்.

சுந்தர் இப்போது நடுவயதை எட்டியவன். ஊரில் விவசாய குடும்பம். படிப்பு முடிந்ததும் ஹைதராபாத்தில் நல்ல வேலையில் சேர்ந்தான். கொஞ்ச காலத்திலேயே வியாபாரம் கூடத் தொடங்கினான். அப்பா ஊரில் நல்ல செல்வாக்கு இருக்குற மனுசன்தான். கொஞ்ச நாளிலேயே அவர் இறந்ததினால் நிலத்தை பார்த்துக்க கட்டாயம் ஊருக்கு வரவேண்டியதாக இருந்தது.

நிலத்தை குத்தகைக்கு விட்டுட்டு, அம்மாவை அழைத்துக் கொண்டு ஹைதராபாத் செல்லவேண்டுமென்று நினைத்தான். ஆனால் அதே சமயம் கூட்டுறவு சங்கத்தின் தேர்தல்கள் நடைபெற்றன.

“ஊர்ல உங்க அப்பாவுக்கு ரொம்ப நல்ல பெயர் இருக்கு. உங்களை சங்கத் தலைவராக ஒருமனதா நியமனம் செய்கிறோமென” கெஞ்சினார்கள். அவனுக்கு என்ன முடிவு எடுப்பதென்று தெரியாமல் திக்குமுக்காடி ‘ஊம்‘ என்றான். ஆனால், பிறகு தேர்தல் வந்தது. தவிர்க்க முடியாதல்லவா?. தேர்தல்கள் ஆரவாரமாக நடந்தன. பெரும்பான்மையுடன் ஜெயித்தான்.

பணம் கூட வாங்காமல் வாக்களித்த மக்களின் பாசத்துக்கு சந்தோஷப்பட்டான். அவர்களது ஆசைகளை கொஞ்ச மாவது பூர்த்தி செய்ய நினைத்தான். சங்கத்தின் பணத்தை கடன் அளிக்க நினைத்தால், பண நிலுவை குறைவாக இருந்தது. மாவட்ட கூட்டுறவு வங்கிக்கு பலமுறை அலைந்து திரிந்தான். இறுதியில் ‘பட்டியல் சாதியினர் கழகம்’ கடன்கள் மட்டுமே கொண்டுவந்தான். தன்னை நம்பிய சில நபர்களுக்கு மட்டும் கடன் வழங்குவது கடினமானது. பணியாளர்களை குருட்டுத்தனமாக நம்பினான். அதனால் சில குளறுபடிகள் நடந்தன. வேறென்ன? எதிராளி கூட்டம் பத்திரிகைகளுக்குச் சென்றார்கள். அதனால் மீண்டும் மீண்டும் என்கொயரி நடந்தது, பிறகு வழக்காக உருமாறியது.

தனது வழக்கு முறை முடிந்ததும் ஹைதராபாத் சென்றான். மேலும் பத்து வருஷம் கழித்தே வழக்கு செஷன்ஸ் நீதிமன்றத்துக்கு வந்தது. இன்னும் சொல்லப் போனால் கிட்டத்தட்ட பதினஞ்சு வருடத்திற்குப் பிறகுதான் விசாரணை தொடங்கியது. வழக்கு மட்டுமே மேலும் நாலு வருஷம் தொடர்ந்தது. சகிப்புத்தன்மையோடு சுந்தர் வாயிதாக்களுக்கு ஆஜராகினான்.

இறுதியில் இன்றைக்கு 'தீர்ப்பு நாள்' வந்தது.'தாடேபள்ளிகூடம் அமர்வு நீதி மன்றங்கள், பழைய தாலுகா அலுவலக முற்றத்தில் இருக்கின்றன. காலையில் கௌதமி எக்ஸ்பிரஸ் ரயிலில் இறங்கி வாடகை ரூமை எடுப்பது, கோர்ட் விசாரணை நேரத்தில் அங்கேயே எதிரிலிருக்கின்ற 'அம்மண்ணா ஹோட்டலில்' காவலாளர், பழைய செயலாளர், குமாஸ்தாவுக்கும் டிபன் வாங்கி கொடுப்பது. ராத்திரியானால் மீண்டும் ரயிலில் கிளம்புவது வாடிக்கையானது.

அரசு தரப்பில் அப்போதைய பணியாளர்கள் சிலர் இறந்தது, இன்னும் சிலருக்கு நோய்யென சரியாகப் பதில் அளிப்பவர்களின்றி வழக்கு தோல்வி அடையும் தருவாயில் இருந்தது. அவனே அனைத்து செலவுகளையும் ஏற்றுக்கொண்டு மீதம் உள்ளவர்களுடைய குறுக்கு விசாரணையை முடித்துக் கொண்டான். காவலாளர், பப்ளிக் பிராசிக்யூட்டர் இவங்க அனைவரின் ஒத்துழைப்புடன் வழக்கு ஒரு முடிவுக்கு வந்தது. இன்றைக்கி தான் 'தீர்ப்பு நாள்'. தன் மேல் உள்ள இந்த வழக்கை ரத்து செய்வார்களென்ற உறுதி இருந்தாலும், ஏதோ ஒரு சின்னக் கவலை துரத்திக்கொண்டே இருந்தது.

லாயர் பூஷணத்தின் ஜூனியர் கண்ணில் பட்டான். பெரியவருக்கு உடல்நலக் குறைவென்றும், வீட்டிலியே உள்ளாரென்றும், வழக்கைச் சமாளிக்க கொஞ்சம் அதிகமாக செலவு ஆனதென்றும், நாளைக்கு உங்க கூடப் பேசுவாரென்றும் சொன்னான். இப்பவே அதிகமா செலவாகி விட்டது. இன்னும் எவ்வளவு புடுங்குவாரோவென பயமாக இருந்தது.

ஒரு பெஞ்சில் அமர்ந்தான் சுந்தர். கடைசியில் யாரோ ரெண்டு பெண்கள் உட்கார்ந்திருந்தார்கள். அவர்களது பேச்சிலிருந்து அது விவாகரத்து வழக்கென்று தெரிந்தது. பெண்ணின் கண்கள் சொருகிப் போய் இருந்தன. பரட்டையான முடி, கருத்த உடல், அழுக்கு நிறைந்து கசங்கிய கைத்தறி புடவை. பட்டமரம் போல் சோகமாக இருந்தாள். இடுப்பில் குழந்தை. பக்கத்தில் அவளது தாய் குள்ளமாக கருத்துப்போய், தலைமுடி கோலமாவு கிண்ணம் போல் இருந்தது. அவள் இந்தப் பெண்ணுடைய மாமியாரைத் திட்டுகிறாள்.

"வரதட்சணை வாங்கிக்கிட்டு, இப்போ பெண் பிள்ளை பிறந்ததுன்னு கொடுமை செஞ்சு வெளியே தொரத்திட்டாங்க. இதென்ன நியாயம்ன்னு சொல்லுங்கய்யா!" என அவள் சுந்தரைக் கேட்டாள்.

அவளுக்கு என்ன பதில் சொல்ல வேண்டுமென தெரியாமல் திக்குமுக்காடினான். ஏதோ ஆறுதல் சொல்ல முயன்றான். அதற்குள் அவர்களுக்கு அழைப்பு வந்தது. அவர்கள் அவசர அவசரமாக கோர்ட்டுக்குள் சென்றனர். சாயங்காலம் வரை எப்படி நேரத்தைச் செலவழிப்பதென்று சுந்தர் நினைத்துக் கொண்டிருக்கையில், அவன் ஊர்க்காரரான சுப்பாராவ் கண்ணுல பட்டான்.

"ஐயா, இந்த இடத்துல நீங்க இங்க எப்படி?" என வியப்பாகக் கேட்டான்.

"ஒண்ணுமில்லே, கடன் வாங்கிக் கொடுத்த பிரச்சனை இன்னியோட முடிஞ்சிடும்" என்றான் சுந்தர்.

ஆமா உங்க வழக்கு என்ன?" என்றான் சுந்தர்.

"அண்ணன் தம்பி குடும்பச் சண்டை பல வருஷமாயிருக்கு. இந்த வருஷம் போகி அன்னிக்கி பெரிய சண்டை ஆயிடுச்சி. ஆம்பளைங்க, பொம்பளைங்கன்னு எல்லாருக்கும் மண்டை உடஞ்சுது. இப்போ வீணா அலைக்கழிஞ்சி கோர்ட் பக்கம் சுத்திட்டு இருக்காங்க. எல்லாம் அரைசெண்ட் நிலத்துக்காக. ஊருல 'சரியா தீர்ப்பு சொல்ற ஆளே கிடையாதுங்க" என தலையைக் குனிர்தான் சுப்பாராவ்.

"இது போக ஒரு மாசத்துக்கு முன்னாடி கறவை எருமைகளை பச்சை புல்லுக்காக ரெட்டிசீமைக்கு ஓட்டிட்டுப் போனேன். சாயங்காலம் லோடு லாரி மோதிடுச்சி. அந்த நாலும் அதே இடத்துல செத்துடுச்சி. என் நேரம் சரில்லேங்க." கண்ணீர் விட்டான் சுப்பாராவ்.

"சரி வேறென்ன செய்றது? வருத்தபடாத, காப்பீடு வந்துதா?" எனக் கேட்டான் சுந்தர். "இல்லேங்க.. கட்டலே" என்றான் வருத்தமாக.

"நீ கட்டலனாலும், லாரிக்கு மூன்றாம் தரப்பினர் காப்பீடு இருக்கும். என்னோட லாயர் கிட்ட சொல்லி வைக்கிறேன். அன்னைக்கு வழக்கு விவரங்கள காவல் நிலையத்துல

லாயரோட கொண்டு போய்க் குடுத்துட்டுவா.." என்றான் சுந்தர்.

சுப்பாராவ் கண் பிரகாசித்தது. லாயரின் விவரங்களை வாங்கிக்கொண்டு கையெடுத்துக் கும்பிட்டுக் கிளம்பினார்.

பக்கத்து ஊர் திரு.பிரசாத் ராஜு "என்ன நிலைமையில் இருக்கு சங்கத்தோட வழக்கு?" என உரையாடினார் சுந்தருடன்.

"ஏதோ போய்ட்டிருக்குங்க" என்றான் சுருக்கமாக.

"பழைய கலெக்டர், கொல்லேரு ஏரி பக்கத்துல மேலாய்வு செய்யப்படாத நிலங்களில் 'ஊருணி' தோண்டுனோம்னு எங்க மேல வழக்கு போட்டான். அந்தக் கிராமங்களின் மீனவர்களிடம் குத்தகைக்கு எடுத்துக்கொண்டுதான் தோண்டினோம். ஒவ்வொரு முறையும் புது ஆளு வரப்பல்லாம் சுற்றுச்சூழல், லொட்டு லொசுக்குன்னு, எங்க ஊருணி கரைய உடைச்சி, எங்க மேல வழக்கு போடுறது வழக்கம் ஆயிடுச்சி" என்றான் வெறுப்பாக.

"படிச்சவன் தானே, எல்லாமே உனக்குப் புரியும்!" என சிரிச்சிட்டுப் போய்ட்டார்.

அவருக்கு ஒரு வணக்கத்தைப் போட்டுட்டு சுந்தர் அங்கிருந்து சாப்பாட்டுக்கு கிளம்பினான்.

இதற்கிடையில் விவாகரத்து வழக்குக்கு வந்தவங்க மரத்தடி பெஞ்சில் தெரிந்தார்கள்.

"இன்னைக்கிதான் தீர்ப்பு வழங்குவாங்களாம், சாயங்காலம் வரை இருக்கச் சொன்னாங்க" என்றாள் வயதான பெண்.

"சாப்டிங்களா?" என்றான் சுந்தர்.

"வீட்டிலிருந்து கொண்டு வந்த பழைய சோறை சாப்பிட்டோங்க" என்றாள் அவள்.

இதற்கிடையில் கைக்குழந்தை விடாமல் அழுதுகொண்டு இருந்தது. தாய் தாலாட்டிக்கொண்டு தூரமாக அழைத்துச் சென்றாள்.

மெல்ல நடந்து செல்கையில் காவலாளன் வந்தான். சுந்தர் காதில் எதையோ முணுமுணுத்தான். "சேவல் பந்தயக்காரங்களை கையும் களவுமா பிடிச்சேங்க. அவங்க

கூட பத்துச் சேவலும் கிடைச்சது. நீதிபதி சாப்பாட்டு வேளையில் ஏலம் போடுவார். நீங்களும் ஏலம் விடுறீங்களா? ஒரு முறை கோழிகளை பார்க்கலாம் வாங்க" என்றவன்,

தூரமாக வேப்பமரத்தடியைக் காட்டினான்.

"இது மெலிந்து இருக்கு, சாதாரண நாட்டுச் சேவல்தான்." என்றான் சுந்தர்.

"அவனுக எல்லாத்தையும் மாத்தி இருப்பாங்க" என்றான் காவலாளன் பல்லை இளித்தபடி.

"சந்தையில் நாட்டுச் சேவல்கூட அதிக விலைதான் போகுது. பொதுவா கோர்ட் பணியாளர்களே வாங்கிடுவாங்க. ஆனா அந்த விஷயம் நீதிபதிக்கு மட்டும் தெரியக்கூடாது. அதனால்தான் உங்ககிட்ட கேட்குறேன்" என்றான் இளித்தபடி.

"என்னை ஆளை விடு சாமி. இன்னைக்கி தீர்ப்பு வழங்குற நாள் வேற. அந்த நீதிபதியம்மா என்னை அடையாளம் கண்டா அவ்வளவுதான்." என்றான் சுந்தர்.

"சரி விடுங்க. வேற யாரையாவது பாத்துக்குறேன்" என போலீசுக்காரன் போயிட்டான்.

சாப்பிட்டுக் கொண்டிருந்தாலும் மனசெல்லாம் கடந்த காலத்தில் நடந்து முடிஞ்ச விசாரணை பக்கம் திரும்பியது.

ரெண்டு மாசத்துக்கு முன்னாடி ஜாய்ண்ட், கலெக்டரை குறுக்கு விசாரணை செஞ்சாங்க நீதிபதிப் பெண். அந்த வயசுக்கேத்த கிறுக்கு பிடிச்சிருச்சு போல. பெரியவர்ன்ற மரியாதையோட பக்கத்தில் நாற்காலியில உக்கார வெச்சிருக்காங்க.

"இந்தக் கடனை வாங்கிய பயனாளிகளை நீங்கள் பார்த்தீங்களா? என்று நீதிபதி கேட்டாங்க. இல்லே பார்க்கலே" என்றார் அவர்.

"ஆனால் நீங்க சுயமாக அடையாளங் கண்டு, ஆமோதித்து கையெழுத்து போட்டிருக்கீங்கன்னு இருக்கு, இதுல" என்றார் நீதிபதி.

அவருக்கு கோபம் வந்தது. "மாவட்டத்தில் பல நூறு பைல்ஸ்ல கையெழுத்து போடுவோம். ஆயிரக்கணக்கான பயனாளிகளை அடையாளங் கண்டு பிடிக்கிறது

கஷ்டம். கீழிருக்கும் அதிகாரிங்களை நம்பி கையெழுத்து போடறது தவிர வேறு வழியில்லை" என்றார் சிறிது குரல் உயர்த்தி.

நீதிபதி குறுக்கிட்டு "நீங்க சுயமாக ஆய்வு செய்து ஆமோதித்துதான் கையெழுத்து போட்டிருக்கீங்க. நீங்க வயசானவரா வேற இருக்கீங்க. வழக்கமா நடக்கிறத பத்தி எனக்குச் சொல்ல வேண்டாம். இப்படியிருந்தா மேலும் மற்ற வழக்குகளிலேயும் சிக்குவீங்க. இனி நீங்க போகலாம்." என நீதிபதி வெறுப்பாய்ச் சொன்னாள்.

ஒரு வழியா அவருக்கு உதவிய மாதிரியே ஆனது.

அடுத்து புகார் மனு போட்ட ஓபுலேசுவின் முறை வந்தது.

"எதிரில் இருக்கும் முன்னாள் சங்கத் தலைவர், செயலாளர், குமாஸ்தா இவர்களை உனக்குத் தெரியுமா" என்றார் நீதிபதி.

ஒருமுறை அவர்களை மேலும் கீழும் பார்த்து "தெரியாது" என்றான்.

"ஆனா புகார் மனு நீதானே எழுதி போட்ட? இந்தக் கையெழுத்து உன்னோடது தானே?" என்று கேட்டார்.

"எனக்கு கையெழுத்தெ போட வராதுங்க" என்றான் கைகளை கூப்பி தலை கவிழ்த்தபடி.

நீதிபதி புன்முறுவல் செய்து எதையோ எழுதினார். வெளியே வந்த 'ஓபுலேசு' சுந்தரிடம்,

"ஐயா, உங்களுக்கு தீங்கு செஞ்சிட்டேய்யா, மன்னிக்கணும், பசங்க படிக்கிறாங்க. நீங்க ஏதாவது உதவி செய்யணும் ஐயா" என விழுந்து விழுந்து கும்பிடு போட்டான்.

இப்படி, நடந்த நினைவுகளை அசைபோட்டபடி கோர்ட்டுக்கு திரும்பி வந்தான். ரோட்டில் வெயில் அதிகமாக இருந்தது. மரத்தின் நிழலில் சிலர் திரிந்தனர். வாயிதாக்கள் முடிந்ததும் மக்கள் கூட்டம் குறைந்தது. மதியம் மிகப் பாரமாக நகர்ந்தது. 'மாலை இளம்வெயில்' மரத்தின் இலைகளினூடே செங்குத்தாக விழுகின்றது. பிற வழக்குகளின் இருதரப்பு வாதங்கள் முடிந்தன. பல பேர் கிளம்பினார்கள். இருள் கொஞ்சம் கொஞ்சமாகப் பரவுகிறது. சில மின்விளக்குகள் எரிந்தன.

குமார் கூனபராஜு   தமிழில்: ஸ்ரீனிவாஸ் தெப்பல

இதற்கிடையில் காவலாளர் பிரகாசம் வந்து "நம்ம கோர்ட்டுல மின்சாரம் போயிடுச்சி. நீதிபதி, மெழுகுவர்த்தி வெளிச்சத்தில்தான் தீர்ப்பை எழுதுவார்" என்றான்.

"சார்! மதியம் ரெண்டு நாட்டு சேவல் நான்தான் ஏலம் எடுத்தேன் சார்; இந்தத் தீர்ப்பு முடிஞ்சதும் வந்து எங்க வீட்டுக்கு சாப்பிட வாங்க" என்றான்.

"உனக்கொரு கும்புடு, மொதல்ல தீர்ப்பு வரட்டும்ய்யா" என கையெடுத்து கும்பிட்டான் சுந்தர்.

இரவு ஒன்பது மணிக்கு அழைப்பு வந்தது. நீதிபதி அறைக்கு இவர்கள் போனார்கள். அந்தப் பெண் நீதிபதி அனைவரது பெயர்களையும் வாசித்துவிட்டு,

"உங்கள் மீதான அரசு குற்றச்சாட்டுகளுக்கு போதிய ஆதாரங்கள் இல்லாததால் வழக்கு தள்ளுபடி செய்யப்பட்டது" என்றார்.

இவர்கள் வியப்பும், சந்தோஷத்திலிருந்தும் மீண்டு வருவதற்குள் "இனி நீங்கள் செல்லலாம், தீர்ப்பு நகல் குமாஸ்தாவிடம் வாங்கிக் கொள்ளுங்கள்" என்றார்.

குஷியாக வெளியே வந்த சுந்தர் அனைவருக்கும் காசை வழங்கி வருவதற்குள் களைப்படைந்தான்.

இரவு பத்து மணி ஆனது. ரோட்டில் மக்கள் நடமாட்டம் குறைந்தது. பேட்டரி விளக்கு வெளிச்சத்தில் ஆப்பிள்கள், சாத்துக்குடிகளை விற்கும் கடை தெரிந்தது.

சுந்தர் அவனிடம் "சேவலை ஏலம் விட்டது நீதானே?" என்றான்.

"ஆமாங்க, ஆனா அது எனக்காக கிடையாது. கோர்ட் பணியாளர்களுக்காக. இல்லேன்னா என் வண்டிய இங்க வைக்க விடாமாட்டாங்க இல்லையா?" என்றான் அவன்.

ரோட்டுக்கு மறுபக்கம் விவாகரத்து வழக்கு விஷயமா வந்தவங்க தெரிஞ்சாங்க. அந்தப் பக்கம் சென்று,

"அட நீங்க இன்னும் இங்கேயேதான் இருக்கீங்களா? உங்க வழக்குக்கு தீர்ப்பு கெடச்சிதா?" என வயதானவளிடம் கேட்டான்

"இல்லேங்க, இவ்ளோ நேரம் கோர்ட்டுல ஒக்கார வெச்சிட்டு, நாளைக்கு வரச் சொல்லிருக்காங்க" என்றவள்.

“இப்போ எங்க ஊருக்கு போற பஸ் ஏதும் இல்லிங்க” என்றாள் துயரமாக.

அவள் மகள், இடுப்பில் இருக்கும் குழந்தை கண்களை விரித்துப் பார்த்தனர்.

“சரி ஏதாவது ஆட்டோ பிடிச்சிட்டு போங்க” என கொஞ்சம் பணத்தை அவளது கையில் வைத்து ரூம் பக்கம் நடந்து சென்றான்.

இரவு பத்தரை மணி ஆனது. ரயில் நிலையத்தில் மூணாவது நம்பர் நடைமேடையில் தூரமாக ஒரு பெஞ்சின் மேல் அமர்ந்தான் சுந்தர். பெரிதாக பயணிகள் காணப்படவில்லை. வானிலை கொஞ்சம் குளிர்ந்தது. வானில் விண்மீன்கள் மங்கலாகத் தோற்றமளித்தன. இனம் புரியாத துயரம் சுந்தர் மனதில் பரவியது.

பிக் பாக்கெட் திருடன் சூரிக்கு ஒரு வருஷம் தண்டனை விதிக்கப்பட்டதாம். மதியம், புடவை முந்தானையால் மூஞ்சியை மறைத்து வைத்து நின்றவளுக்கு விபச்சார வழக்கில் ஒரு வருஷம் தண்டனையாம். கஸ்டமர்ஸ் மட்டும் துண்ட காணோம், துணிய காணோமுனு ஓடிட்டாங்களாம். அரை சென்ட்டு நிலத்துக்கு ரத்தம் தெறிக்குது. இறந்த எருமைகளின் ரத்தம், கருப்பான தார் ரோடில் பாய்கிறது. இதற்குள் குழந்தையின் விடாப்பிடி அழுகை. இன்னொரு புறம் கொல்லேரு நீரினை உறிஞ்சியெடுக்கும் ராஜுவின் கேளிக்கை புன்னகை. மனம் முழுக்க ‘புயலின் பேரொலி’.

இதற்குள் லாயர் பூஷணத்தொட ஜூனியர் போன் செய்தான். ‘இந்த நேரத்துல இவன் எதுக்கு பண்றான்?’என எடுத்துப் பேசினேன்.

“சார் கொஞ்ச நேரத்துக்கு முன்னாடி தான் நம்ம லாயர் பூஷணம் மாரடைப்பில் இறந்துட்டாராம்“ என்றான்.

“இப்போ அதுக்கு நான் என்ன செய்றது, முடிஞ்சா காரியத்துக்கு வரேன்” எனப் போனை வைத்துவிட்டான் சுந்தர்.

மனசு கொஞ்சம் தேறுன மாதிரி இருக்கு. இதற்குள் கௌதமி எக்ஸ்பிரஸின் அறிவிப்பு வந்தது. பெர்த்தில் உறங்கும் சுந்தர்க்கு தூக்கம் எப்போதோ வந்தது.

கெட்ட கனவு.. அந்தக் குழந்தை கிறுக்குத்தனமாக சிரித்தது. எருமைகள் ரோட்டில் ஓடுகின்றன. பிக் பாக்கெட் திருடர்கள் அவனை உறுத்துப் பார்த்தனர். நிழல்களில் திரியும் வேசிகள் முகத்தின் மீது முந்தானையை ஒரு பக்கம் விலக்கி தூ..என வெற்றிலை பாக்கின் எச்சிலைத் துப்பினார்கள். சுப்பாராவ் விழுந்து விழுந்து கை கூப்பினான். அனைவரும் சுந்தரின் மீது பாய்ந்து கீறியபடி கேட்கின்றனர்.

"எங்களுக்கும் நியாயத்தை வாங்கிக் கொடு" என.

சட்டென கண் விழித்தான். முகம் முழுதும் வேர்த்துக் கொட்டியது. ரயில் முன்னோக்கிச் செல்கிறது.

***